Chipatso Choletsedwa

*Kufufuza Mopenda Kwa Genesis 3:1-24
Ndi Kugwa kwa Anthu kulowa Mu Tchimo*

F. Wayne Mac Leod

Chipatso Choletsedwa

Copyright © 2021 wolemba F. Wayne Mac Leod
Maumwini onse ndi otetezedwa. Palibe gawo lililonse la bukuli lomwe lingasindikizidwenso kapena kufalitsidwa mwanjira iliyonse kapena mwanjira ina iliyonse popanda kulembedwa chilolezo cha wolemba.

Zamkatimu

Zamkatimu 3
Mawu Oyamba 5
Mutu 1 - Njoka 7
Mutu 2 - Kodi Mulungu Anatidi? 19
Mutu 3 - Koma Mulungu Adati 27
Mutu 4 - Mudsakhala Monga Mulungu 35
Mutu 5 - Zabwino, Zosangalatsa Komanso Zofunidwa ... 47
Mutu 6 - Masamba A Mkuyu 57
Mutu 7 - Kubisala Kwa Mulungu 63
Mutu 8 - Kodi Wolakwa Ndani? 69
Mutu 9 - Temverero Pa Njoka 77
Mutu 10 - Ululu Wa Kubereka Ana 83
Mutu 11 - Mwa Thukuta Lanu Pa Nkhope 89
Mutu 12 - Madalitso Awiri kuchokera kwa Mulungu ... 95
Mutu 13 - Kuthamangitsidwa kuchokera ku Munda ... 101

Mawu Oyamba

Genesis 3 ndi imodzi mwa ndime zofunika kwambiri Lemba. Zina mwa mfundo zofunika kwambiri za chikhulupiriro chachikhristu akupezeka m'mutu uno. Ndiko kwa nthawi yoyamba kuti tifike amalowetsedwa kwa Satana, uchimo ndi imfa. Timapeza Magwero a kuipa kwa mtundu wa anthu ndi kuona zotsatira zake pa tsogolo mibadwo. Timaona kuti Yehova anachotsa Adamu ndi Hava m'banja la Munda wa Edeni ndi mtengo wopatsa moyo.

Mutu uwu ukuvumbulanso chisomo cha Mulungu. Izo zimasonyeza Ake chifundo kwa Adamu ndi Hava mu uchimo wawo. Ngakhale opirikitsidwa m'munda wa Mtendere, adzakhala obala zipatso chulukitsa. Mulungu adawapatsa zovala kuti abise umaliseche wawo. Pamene Adamu anagwira ntchito zolimba kulima nthaka, Mulungu anapereka zonse zofunika kwa banja lake. Mwina chachikulu Chowonadi cha Genesis 3 ndi lonjezo la Mpulumutsi wochotsa temberero la uchimo. Mesiya ameneyu adzaphwanya mutu wa Yehova njoka.

Genesis 3 nawonso adawukiridwa. Lingaliro la njoka ikulankhula ndi Hava, angelo okhala ndi malupanga amoto ndi a Munda wotayika womwe sunaupezeke ndi anthu wayambitsa ena kuti alembe ngati nkhani yongopeka. Choonadi cha nkhaniyi, komabe, sizingatengedwe mopepuka. Zimawulula chikhalidwe cha nkhondo yauzimu imene idakalipo m'tsiku lathu. Ikufotokoza za vuto la zoipa. Zimawonetsa kufunikira kwa chikhulupiriro mu .Mulungu ndi Mawu Ake. Chofunika kwambiri, komabe, chimatiwonetsa kuti pokhala pansi pa temberero lauchimo pakali pano, Ambuye

Yehova wapereka njira yopulumukira kwa onse amene mwa chikhulupiriro, khulupirirani Mwana wake.

Mulungu adalitse tonsefe,

F. Wayne Mac Leod

Mutu 1 - Njoka

Tsopano njoka inali yochenjera kwambiri kuposa chilombo china chilichonse za munda umene Yehova Mulungu anaupanga. Iye anati kwa mkazi, "Kodi Mulungu anati, 'Musadye chilichonse; mtengo wa m'munda'?" — Genesis 3:1,

Pamene Genesis 3 akuyamba, ife tikukumana ndi njoka. Ndime 1 ikutiuza kuti inali yochenjera koposa zamoyo zonse za m'nyanja munda umene Yehova anaupanga. Mawu akuti "wochenjera" amatembenuzidwa m'matembenuzidwe osiyanasiyana a Baibulo monga "wochenjera" kapena "wochenjera." Pamene ife kunena kuti wina ndi wochenjera, tikutanthauza kuti ndi wochenjera, wonyenga, osagwira ntchito kapena okhoza kugwirira ntchito zawo mwayi.

Genesis 49:17 akulongosola fuko la Dani kukhala ngati a njoka pamene akuti: (17) Dani adzakhala njoka m'njira, mphiri pafupi ndi njoka njira, imene imaluma zidendene za kavalo kuti wokwera wake agwe chakumbuyo. — Genesis 49:17

Njoka imabisala m'njira, osaidziŵa ndi aliyense. Liti wodutsa wosalakwa amayandikira, amamenya ndi kuluma iwo mu chidendene. Njokayo imadikirira mwakachetechete pobisalira. Ku pewani, tiyenera kukhala tcheru nthawi zonse pomwe timayika zathu mapazi.

Taonani zimene theka lachiwiri la Genesis 3:1 limanena pa zimenezi njoka:

Iye anati kwa mkaziyo, "Kodi Mulungu anati, 'Utero; osadya za mtengo uliwonse wa m'mundamu? — Genesis 3:1

Pali zambiri zomwe tiyenera kuziwona apa. Choyamba lankhula mawu. Amayankhulana mwa kumasula pheromones, chilankhulo cha thupi kapena ngakhale phokoso loyimba ngati amakankhira mpweya. Komabe, siziwalola kupanga mawu. Komabe, vesi limatiuza kuti njoka inalankhuladi.

Chachiwiri, onani kuti njokayo sinangolankhula komanso inalankhula analankhula m'njira imene Hava anamva. Iwo analankhula naye, anamvetsa yankho lake ndi kucheza mwanzeru ndi mkazi.

Chachitatu, njoka imeneyi inalinso yozindikira bwino kwambiri cholinga cha Mulungu kwa Adamu ndi Hava. Mawu akuti "Mulungu kunena zoona, Usadye zipatso za mtengo uliwonse wa m'mundamu? Tiwonetseni kuti njoka iyi inali ndi chidziwitso chauzimu ndipo idadziwa zimene Mulungu anauza Adamu ndi Hava.

Chachinayi, njoka ya pa Genesis 3:1 inali yapadera kwambiri Cholinga chake polankhula ndi Hava. Dongosolo lake loyipa kunali kuyika chikaiko pa mawu a Mulungu. Iye anatsutsa Eva kukayikira nzeru ndi mawu a Mlengi wake. Pomalizira pake, njokayo inadzikweza pamwamba pa Mulungu. Iye analengeza kuti anali ndi nzeru zoposa Mulungu. Iye ankadzinenera kudziwa kuti Mulungu anali kusunga kwa Adamu ndi Hava. Iye molimba mtima anapereka lingaliro lina m'malo mwa cholinga cha Mulungu. Ife adzasanthula mfundo izi mwatsatanetsatane mu izi

Lingaliro loti Eva atha kukambirana ndi njoka yasiya anthu ambiri kukayikira ngati izi ndi zoona ndime. Kodi munayamba mwafunsapo kuti: "Kodi mukunenadi? khulupirirani kuti njoka inalankhula naye mwanzeru Eva? Mwina inuyo mwakhala mukudabwa nazo zimenezi mwakachetechete. Genesis 3, komabe, ndi imodzi mwa mitu yofunika kwambiri za Baibulo. Limafotokoza za kugwa kwa anthu mu uchimo. Zili choncho chifukwa cha zomwe zidachitika mu Genesis 3 kuti tiyenera a Mpulumutsi. Mphamvu ya mawu a njoka: "Kodi Mulungu kunenadi," akubwerezabwerezanso kumasiku athu ano, kuchititsa ambiri, monga Hava, kukayikira chowonadi cha ndimeyi. Tiyeni titenge kamphindi kuti mufufuze ena mwa mafunso amene vesi ili likupereka.

Genesis 1-2 amatifotokozera za dziko limene Mulungu analenga. Zinali dziko langwiro lopanda uchimo. Mulungu, Mwiniwake ananena kuti izo zinali zabwino kwambiri, kusonyeza kuvomereza Kwake pa zomwe adazipanga (Onani Genesis 1:31). Ndi m'dziko langwiroli limene timakumana njoka. Akufotokozedwa kuti ndi wochenjera komanso wachinyengo. Ake .Mawu amene anauza Hava anali opanduka ndipo anachititsa Hava kufunsa mafunso chimene Mulungu anamuuza iye—" Kodi Mulungu anati, 'Udzatero osadya za mtengo uliwonse wa m'mundamu? Wapanga kuti wopandukayu mtima umachokera? M'mundamo munali muzu wa uchimo ndi kupanduka. Kumeneko mu dziko langwiro kunali chinachake chotero choipa, chinatsutsa ndi kuima nji motsutsana ndi Mlengi. Tchimo ndi kuipa kunalipo Hava asanagwe m'chiyeso chake. Hava sanali woyamba kupandukira Mulungu. M'mundamo munali njoka yokhala ndi zolinga zoipa ndi kupandukira mumtima mwake Mulungu.

Kuti mumvetse zomwe zikuchitika pano, ganizirani zomwe Mtumwi Yohane anati mu Chivumbulutso 12:9:

(9) Ndipo chinjokacho chinaponyedwa pansi, chakale njoka, wotchedwa Mdyerekezi ndi Satana, wonyenga wa dziko lonse lapansi anaponyedwa pansi, ndipo angelo ake anagwetsedwa pamodzi naye. — Chivumbulutso 12:9

Yohane anafotokoza kuti Satana ndi "njoka yakale" imene inalipo kuponyedwa pansi pa dziko lapansi. Kodi iye anachita chiyani padziko lapansi pano? Iye anali "wonyenga wa dziko lonse lapansi." Tikuwona pang'ono iye kuno m'munda kufunafuna kunyenga Eva ndi kumtembenuza iye kutali ndi cholinga cha Mulungu.

Yohane ananenanso zofanana ndi zimenezi pa Chivumbulutso 20:2 . Ndi iye imakamba za nthawi imene "njoka yakale ija, ndiye mdierekezi ndi Satana" adzamangidwa kwa kanthaŵi zaka chikwi:

Ndipo anagwira chinjoka, njoka yakale ija, amene ali mdierekezi ndi Satana, nammanga iye zaka chikwi, namponya m'dzenje, natseka, nasindikizapo chizindikiro pa iye, kuti asanyenge amitundu kupitirira, kufikira zinatha zaka chikwi. Pambuyo pake iye iyenera kumasulidwa kwakanthawi kochepa. — Chivumbulutso 20:2-3

Satana, njoka, adzakhala womangidwa kwa zaka chikwi kuti asanyengenso amitundu. Kamodzi Apanso, tikuona Satana akufotokozedwa kuti ndi "njoka yakale" amene cholinga chake chinali chinyengo.

Mavesi amenewa amatiuza kuti Satana ndi njoka yakale. Mawu akuti "wakale" amatanthauza kuti iye anabwerera ku chiyambi nthawi. Iye analipo pamene Adamu ndi Hava anakhala m'banja Munda. Kukambirana komwe kunachitika tsiku limenelo kunalibe ndi njoka komanso ndi Satana.

Kodi zimenezi zikutanthauza kuti njoka ya pa Genesis 3:1 sinali zenizeni? Ayi ndithu. Taonani zomwe vesili likutiuza za izi:

> Njoka inali yakuchenjera yoposa zamoyo zones munda umene Yehova Mulungu anapanga. —Genesis 3:1

Njoka pa Genesis 3:1 inali "chilombo cha kuthengo chimene Yehova Mulungu analenga." Mawu amenewa amasiya kukayikira kuti njoka yakuthupi inali nayo m'chiyeso cha Hava.Talingaliraninso temberero la Mulungu pa njoka mu Genesis 3:14:

> Yehova Mulungu anati kwa njoka, "Chifukwa iwe mwachita ichi, ndinu wotembereredwa koposa zoweta zonse ndi pamwamba pa zirombo zonse zakuthengo; pa mimba yako udzayenda, ndipo udzadya fumbi masiku onse a moyo wako. – Genesis 3:14

Yehova Mulungu anatemberera njoka "kuposa zoweta zonse ndi kuposa zamoyo zonse za m'thengo." Iye anafuna kuti icho chikwawa pa iye ndi kudya fumbi masiku ake onse. Ndime iyi ikufotokoza zenizeni njoka yokwawa pamimba pake. Pamene njoka yakuthupi inali anakhudzidwa ndi mayesero a Hava. Themberero la njoka akupitilira mu ndime 15 kuti:

> Ndidzaika udani pakati pa iwe ndi mkaziyo; pakati pa ana ako ndi ana ake; adzavulaza mutu wako, ndipo iwe udzalalira chidendene chake. — Genesis 3:15

Mtumwi Paulo akunena za izi mu Aroma 16:20 pamene iye analimbikitsa okhulupirira achiroma ndi mawu awa:

> (20) Mulungu wa mtendere posachedwapa adzaphwanya Satana pansi panu mapazi. Chisomo cha Ambuye wathu Yesu Khristu chikhale ndi inu. – Aroma 16:20

Mwaulosi akuyembekezera ntchito ya Ambuye Yesu, amene adzaphwanya Satana ndi mphamvu zake mwa lye imfa pa mtanda. Yesu adzaphwanyidwa panjira, koma mphamvu ya Satana idzachotsedwa kwa iye. Pamene Genesis 3:14 amakamba za njoka yakuthupi, temberero la Lemba la Genesis 3:15 limanena zambiri kuposa zimenezi. Amalankhula ndi kuphwanya mphamvu ya Satana ndi chigonjetso cha Ambuye Mulungu pa satana ndi ulamuliro wake wa zoipa. Zikuwonekeratu kuti onse awiri Satana ndi njoka yakuthupi anagwiritsidwa ntchito poyesa wa Eva m'mundamo.

Iyi si nthawi yokhayo m'Malemba pomwe mphamvu za ziwanda zimachita anagwiritsa ntchito matupi a nyama pa zolinga zawo. Mu Mateyu 8, Ambuye Yesu anadza ku chigawo cha Agadara kumene anakumana ndi amuna awiri ogwidwa ndi ziwanda. Mvetserani nkhani ya kukumana uku:

> *(28) Ndipo pamene anafika kutsidya lina, kumudzi mwa Agadara, adakomana naye amuna awiri ogwidwa ndi ziwanda; akutuluka m'manda, aukali, kotero kuti palibe munthu akanatha kupita mwanjira imeneyo. (29) Ndipo taonani, anafuula kuti: "Muli ndi chiyani? kuchita ndi ife, O Mwana wa Mulungu? Kodi mwabwera kuno mudzatizunza isanafike nthawi yake?" (30) Tsopano gulu la anthu ambiri Nkhumba zinali kudya patali kutali ndi iwo. (31) ndi ziwandazo zinampempha lye, kuti, Ngati mutitulutsa, tumizani tilowe mu gulu la nkhumba. (32) Ndipo adati kwa iwo, "Pita." Chotero adatuluka, nalowa mu nkhumbazo, ndipo tawonani, gulu lonse lidathamangira paphompho nyanja namira m'madzi. — Mateyu 8:28-32*

Taonani zambiri m'ndime iyi. Choyamba, ziwanda zinali kukhala m'thupi la amuna awa. Chachiwiri, ziwanda izi analankhula ndi Yesu. Ngakhale atha kugwiritsa ntchito mawu a Amuna omwe adali nawo, Ndi zoonekeratu m'ndimeyi ziwandazo zinalankhula:

"Ziwandazo zinampempha Iye kuti, Ngati mutitulutsa, tumizani tilowe m'gulu la nkhumba."— Mateyu 8:31

Mfundo ina yofunika ndi yakuti pamene Ambuye anatulutsa izi ndi ziwanda za anthu, nazitumiza zilowe mu gulu la nkhumba. Nkhumbazi zinasokonezeka kwambiri moti zinathamangira kuphiri mtsinje ndi kumizidwa m'madzi pansi. Ndime iyi imatiwonetsa kuti mphamvu za ziwanda zimalankhula ndipo zadziwika kukhala ndi anthu ndi nyama. Kodi izi zinali chikuchitika m'munda wa Edeni? Satana akanalowa thupi la njoka kuti lilankhule ndi Hava?

Ena amaganiza kuti Satana anadzisintha kukhala njoka kuyesa Eva. Vuto ndi izi ndikuti palibe umboni wa m'Malemba wosonyeza kuti Satana ali ndi mphamvu zimenezi. Pamene iye akhoza kukhala ndi thupi la cholengedwa china, Lemba konse amanena kuti akhoza kukhala cholengedwa china kuti atiyese.

Taona mu Mateyu 8 kuti ziwanda zinalankhula kudzera mwa amuna omwe anali nawo. N'zosavuta kuona mmene iwo akanatha kuyankhula pogwiritsa ntchito mawu achimuna awa ziwalo. Vuto mu Genesis 3, komabe, ndilakuti njoka zomwe tikudziwa masiku ano zilibe ziwalo zolankhula zofunika kupanga mawu osiyanitsa. Kodi Satana anatani lankhulani ndi Hava ngati njokayo inalibe mphamvu yachibadwa kulankhula?

Taganizirani zimene Mose anauza anthu ake pamene anapereka iwo Malamulo Khumi:

(22) "Yehova analankhula mawu amenewa kwa mpingo wanu wonse paphiri pakati pa moto, mtambo, ndi mdima wandiweyani, ndi mawu akulu; ndipo anawonjezera kuti ayi

Zambiri. Ndipo anawalemba pa magome awiri amiyala ndi anandipatsa izo. (23) Ndipo mutangomva mawu mawu ochokera pakati pa mdima, ndi phiri munali kuyaka moto, munandiyandikira mitu yonse a mafuko anu, ndi akulu anu. (24) Ndipo inu munati, 'Taonani, Yehova Mulungu wathu watisonyeza ulemerero wake ndi ukulu, ndipo tamva mawu ake kuchokera pakati moto. Lero taona Mulungu akulankhula ndi munthu, ndipo munthu akadali moyo. — Deuteronomo 5:22-24

Mose anakumbutsa anthu za tsiku lake zimene anamva "mawu ofuula" a Mulungu ochokera m'moto, mtambo ndi wandiweyani mdima (ndime 22). Pamene Mulungu analankhula tsiku limenelo, anthu Ake anamva mawu Ake. Kumbukirani apa kuti Mulungu amene adavumbulutsa kupezeka kwake pamoto kunalibe thupi thupi monga ife. Analankhula wopanda lilime lakuthupi ndi pakamwa kuumba mawu amenewo. Anatero m'njira yakuti Ananena momveka bwino zolinga Zake. Choonadi cha Mulungu ndi chowonanso kwa angelo Ake.

Taganizirani za nkhani ya Loti mu Genesis 19. Iye anali kukhala mu mzinda woipa wa Sodomu pa nthawiyo. Mulungu anakonza zoti awononge mzindawo, koma adatumiza angelo awiri kuti akachenjeze Loti zakudza ngozi musanatero. Genesis 19:1-3 akuti:

(1) Angelo awiriwo anafika ku Sodomu madzulo Loti anali atakhala pachipata cha Sodomu. Pamene Loti anawaona, ananyamuka kukakomana nawo, nawerama ndi nkhope yake pansi dziko lapansi (2) nati, "Ambuye anga, chonde tembenukirani kwa inu m'nyumba ya kapolo, khalani usiku wonse, ndikusambitseni mapazi anu. Mukatero mungadzuke m'mamawa n'kumapita." Iwo anati, "Ayi; tigona m'bwalo la mzindawo. (3) Koma adawaumiriza kwambiri; choncho

adapatukira kwa lye nalowa m'nyumba mwake. Ndipo adawakonzera phwando ndi anawotcha mikate yopanda chotupitsa, ndipo anadya. — Genesis 19:1-3

Taonani zambiri zokhudza angelo amenewa. Pamene iwo ali nthawi zambiri samawoneka ndi maso, adadzipanga okha zowonekera kwa Loti. Sikuti zamoyo ziwirizi zauzimu zokha zinapanga zoonekera, koma analankhula momveka. Ife kumvetsa kuchokera pa ichi kuti angelo awa akhoza kulankhula ndi mawu omveka. Satana monga mngelo wakugwa, ali ndi luso limeneli chabwino.

Sikuti kulankhulana konse kumachitika ndi mawu athu akuthupi. Munthawi ya kulumikizana kwa anthu ambiri, timatumiza mauthenga kudzera mumlengalenga kudzera pa imelo kapena mameseji. Taganizirani za masomphenya a Yohane mu Chivumbulutso. Yohane akutiuza kuti iye anali mu mpingo mzimu pa tsiku la Ambuye pamene anamva mawu okweza kuyankhula naye.

(10) Ndinali mu Mzimu pa tsiku la Ambuye, ndipo ndinamva kumbuyo kwanga kumveka mawu okweza ngati lipenga (11) akuti, "Lemba zimene uona m'buku, ndi kuzitumiza kwa mipingo isanu ndi iwiri; ku Efeso ndi ku Smurna ndi ku Pergamo ndi ku Tiyatira ndi Sarde ndi Filadelfia ndi ku Laodikaya." — Chivumbulutso 1:10-11

Pamene vumbulutso la zochitika zamtsogolo linadza kwa Yohane mu mawonekedwe a masomphenya, chimene lye anachiwona chinali vumbulutso la Mulungu cholinga cha dziko. Mulungu analankhula ndi Yohane "mumzimu." Mavumbulutso awa mwina sanali m'mawu omveka, koma Mulungu adalankhula ndi Yohane mwaulamuliro.

Mu Machitidwe 10, Petro anali pa denga pamene Ambuye Mulungu analankhula naye m'masomphenya. Petro anaona chinsalu chikutsika kuchokera kumwamba ndi mitundu yonse ya nyama zodetsedwa. Liwu linayankhula tsiku limenelo kuchokera kumwamba, ndikumuuza kuti auke udye. Sizili choncho mwina kuti chinsalu chokhala ndi nyama zodetsedwa kwenikweni adatsika kumwamba kufika pa dziko lapansi tsiku lomwelo? Zimene Petro anaona anali masomphenya. Kodi mawu a Mulungu akanamveka ndi aliyenseosati Petro? Mwina ayi. Zomwe zikuwonekera, komabe, ndizo kuti Mulungu ananena mfundo yofunika kwambiri ku mzimu wa Petro. Tsiku limenelo, Petro ananyamuka napita ku nyumba ya a Wamitundu dzina lake Korneliyo. Iye ankawona ngati Mzimu wa Mulungu modabwitsa anagwera pa Amitundu osayera awa ndi kupanga iwo ana a Mulungu.

Nthawi zambiri Mulungu amalankhula nafe ndipo amatitsogolera popanda mawu omveka. Ngakhale kuti sanamve ndi makutu athu akuthupi, timamvetsetsa mwangwiro zimene Iye akunena kwa mzimu wathu. Anali Satana kuyankhula kwa makutu anyama a Eva, kapena ichi chinali ichi kulankhulana mwachindunji ndi mzimu wake? Ife tiribe njira kudziwa. Chodziwika bwino n'chakuti chochitikachi chinachitika. Apoanali njoka yeniyeni pamaso pa Hava. Satana anabisala kuseri kwa izo njoka ndipo inalankhula ndi Hava m'njira imene iye anamvetsetsa.

Pa tsikuli, Satana anafunsa Hava funso limene likanamuchititsa manyazi kuganiza. Mpaka pano, anali asanafunsepo mafunso mawu a Mulungu. Satana anali kuchita zosayembekezereka—iye anali kutsutsa ulamuliro ndi kunena zoona kwa Mlengi. Iye anali kumulimbikitsa iye kuti achoke kwa Mulungu, kutenga kulamulira moyo wake ndikupanga chowonadi chake.

Za Pemphero:

Atate, tikuvomereza kuti pali ndime za m'Malemba zimatidodometsa. Nthawi zonse sitimvetsetsa njira zanu. Timavomereza kuti funso la Satana m'munda wa Edeni .Nkhani ya Edeni ikupitirizabe kusokoneza anthu ambiri masiku ano. Ena amakayikira kutsimikizika ndi ulamuliro wa ndime iyi ya Malemba. Iwo yendani ndime zovuta monga Genesis 3:1. Satana pa amafuna kuyika chikaiko pa Mawu Anu. Tithandizeni ife, Ambuye, kuti tikhale wodziwa bwino za chiwembu Chake choipa. Tsegulani maso athu ku choonadi Tiwonetseni kuti ndinu woyenera kudalira kwathu kwathunthu.Tipatseni ife chikhulupiriro kuti tikhulupirire ngakhale pamene sitikumvetsa. Tithandizeni kumamatira ku choonadi komanso kuti tisasokonezedwe ndi choonadi mabodza obisika a mdani. Tikhululukireni chifukwa chakukaikira zomwe Inu anena. Tiphunzitseni kukana kulolera ndi kuumirira ku choonadi cha Mawu Anu Oyera ndi owuziridwa.

Mutu 2 - Kodi Mulungu Anatidi?

Ndipo anati kwa mkaziyo, Kodi Mulungu anati, Uzitero; osadya za mtengo uliwonse wa m'mundamu? —Genesis 3:1

Nthawi yoganizira mawu a Satana kwa Hava mu Genesis 3:1.

Kukayikira Mawu a Mulungu

Panali china chake choyipa kwambiri kumbuyo kwa mawu a Satana kwa Eva tsiku limenelo. Iye anamvetsa kukhulupirika kwake kwa iye Mlengi ndi kudalira kotheratu mwa Iye ndi zimene ananena. Funso lomwe akufunsa apa lidapangidwa mwanzeru kuti lisokoneze chowonadi ndi kumupangitsa iye kukayikira zomwe Mulungu ananena.

Satana akupitiriza kugwiritsa ntchito njira imeneyi masiku ano. Malemba a Chipangano Chakale ndi Chatsopano nthawi zambiri akhala cholinga cha kuwukira Kwake. Nditamaliza Sukulu ya Baibulo, I analembetsa nawo maphunziro achipembedzo pasukulu ina yunivesite. Ndikukumbukira ndikumvetsera nkhani ya pulofesa kuopsa kwa kukhulupirira ulamuliro wa malembo. Kwa zaka zambiri, akatswiri akhala akulemba Malemba padera. Adafunsa ndime zonse ndikuponya kukaikira pa kudzoza kwa mawu amenewo.

Satana amadziwa kuti ngati angathe kuchititsa anthu kukaikira Mulungu analankhula mawu a m'Malemba, akhoza kuwasokeretsa. Chinthu chimodzi chimene chinayima pakati pa Satana ndi Hava chinali mawu amphamvu a Mulungu. Mawu amenewo anali chitetezo cha Hava. Malingana ngati iye ankamvetsa kuti ili ndi lamulo Lake, iye sangakhale

19

wofunitsitsa kumvera china chilichonse. Ngati anayamba kukayikira mawuwo, komabe, adatsegula Mayesero a Satana.

Kufunsa Makhalidwe a Mulungu ndi Zolinga Zake

Lingalirani funsolo mosiyana pang'ono. Eva anali wotsimikiza ndithu kuti lamulo la kusadya za mtengo wa kudziwa zabwino ndi zoipa kudachokera kwa Mulungu. Wa Satana funso, komabe, lidamukakamiza kukayikira zolinga zake ndi zolinga za Mulungu popereka dongosolo ili.

Pamene tikupitiriza m'mutuwu, tikuwona mmene Satana akunenera kuti Mulungu anali ndi zokhumba zina. Iye anamuuza Eva zimenezo Mulungu ankamubisira zinthu zina. Tanthauzo lake linali kuti Mulungu amamuletsa iye ndi kumuletsa kukumana ndi chidzalo cha moyo. Iye anatsogolera Hava kukhulupirira zimenezo Mulungu anali atamutchinga ndi lamulo Lake ndipo sanatero khalani ndi zokonda zake ndi zokondweretsa zake pamtima pamene adaletsa iye mwayi wodya za mtengo wakudziwitsa zabwino ndi zoipa.

Cholinga cha Satana chinali kuchititsa Hava kukayikira khalidwe la Mulungu ndi cholinga chake pa moyo wake. Apanso, sititero ayenera kuyang'ana patali kwambiri kuti awone umboni wa ntchito imeneyi ya Satana m'masiku athu ano. Kodi munayamba mwamvapo anthu akufunsa kuti, "N'chifukwa chiyani a wachikondi Mulungu amalola kuvutika koteroko m'dziko lino?" Mvetserani kwa mawu a wamasalmo:

(3) Misozi yanga yakhala chakudya changa usana ndi usiku munene kwa ine tsiku lonse, ali kuti Mulungu wako? – Masalimom 42:3

Mutha kumva ngati satana akukuwa m'makutu mwanu wamasalmo, "Ali kuti Mulungu wako tsopano?" Monga kuzunzika ndi zowawa kuwononga dziko lathu ndi mabanja athu, funso lidakalipo. Anthu ambiri amakopeka ndi mayesero a Satana ndipo amakayikira umphumphu ndi cholinga cha Mulungu pakuvutika kwawo.

Dzikoli ndi ziyeso zake lingakhale losangalatsa kwambiri kuti ambiri amayamba kukayikira chifukwa chake Mulungu amawatsekereza zosangalatsa ndi zopindulitsa zoterozo. Iwo amagonja ku lingaliro lakuti Mulungu ali chabe chotchinga pa zimene achita ndi chimwemwe m'moyo. Ndi Mulungu wamtundu wanji amene angatiteteze kwa otere zosangalatsa? Ndi Mulungu wotani amene akanalenga mtengo umene unali kukopa diso ndi zokoma kukoma ndi kutiuza sitingathe kudya? Cholinga cha funso la Satana chinali choti perekani chikaiko pa khalidwe la Mulungu amene angaike zoterozo choletsa pa Eva.

Kodi Zimenezo Ndi Zimene Mulungu Ankatanthauza?

Mwina Hava anadziwa kuti mawu a lamulolo anachokera Mulungu. Mwina sanafune kumufunsa munthuyo za Mulungu amene anamudalitsa kwambiri. Satana, komabe, akuyambitsanso gawo lina m'funso lake. Izi Gawo lachitatu likukhudzana ndi kutanthauzira kwa Hava kwa Mulungu lamula.

Hava anamva mawu a Mulungu koma anachita molondola kumvetsa zimene Mulungu ananena? Kuyikirapo pano sikuli pa Mulungu koma Eva ndi kukhoza kwake kumvetsetsa Mulungu ndi Wake njira.

Taonani zimene Mulungu ananena kudzera mwa mneneri Yesaya:

(9) Pakuti monga kumwamba kuli kutali ndi dziko lapansi, momwemo kuliri; njira zanga zapamwamba kuposa njira zanu, ndi maganizo anga kuposa maganizo anu. —Yesaya 55:9

Chifukwa chakuti njira za Mulungu ndi zosiyana ndi njira zathu, zingatheke bwanji? Mutha Kodi timadziwa zomwe Iye akulankhula kwa ife? Ngakhale ife tikhoza sitingakhale okonzeka kukayikira khalidwe la Mulungu kapena mawu ake, mwina kukhala okonzeka kukayikira luso lathu la kumumvetsa Iye.

Izi zapangitsa ena kuganiza kuti sangathe kudziwa cholinga cha Mulungu. Zachititsa ena kupenekera kosatha za zimene Mulungu ananenadi. Okhulupirira amatsutsana wina ndi mzake pa kumvetsa kwawo choonadi. Munthawi yonseyi mbiri ya mpingo, tawona kutanthauzira monyanyira kwa Lemba limene lasokeretsa anthu ambiri. Chiphunzitso chonama linali vuto mu Chipangano Chatsopano chonse.

Ikupitirirabe ngakhale mpaka lero. Funso lakuti, "kodi Mulungu anati," limatsutsa maganizo athu kumvetsa lamulo la Mulungu. Imatilimbikitsa kutero fufuzani mawu a Mulungu mwatsatanetsatane kuti muwone ngati tatero anatanthauzira molondola zimene Mulungu akunena kwa ife. Pamene izi akhoza kukhala zolimbitsa thupi zabwino, zachititsanso kuti kutanthauzira molakwika Malemba. M'malo motenga mawu za Mulungu momwe ziliri, tikhoza kuwerenga ndi kumasulira m'njira zomwe sizidayenera kumveka. Ifetitha kugwiritsa ntchito kukondera kwathu komanso chikhalidwe chathu komanso samvetsa cholinga cha Mulungu. Tikhoza kulungamitsa njira zathu zauchimo pochotsa Malembawa m'nkhani yake.

Ataima pamaso pa njoka tsiku limenelo, Hava akukakamizika kufunsa funso lakuti: "Kodi izi ndi zimene Mulungu ankatanthauza? Izi zidatsegula khomo kuti iye anyengerera. Kunalungamitsa kupereka lamulo limeneli lingaliro lachiwiri. Zinamukakamiza kuti achedwe pamaso pa Satana ndi mayesero ake. Pamene tiyenera kuphunzira Mawu a Mulungu mosamala, ndachita ndi anthu omwe sachita bwerani ku Mawu awa ndi mtima wogonjera koma ndi a kufuna kulungamitsa njira zawo zopanduka. Satana akhoza kusokoneza mosavuta kukulitsa chilakolako chosapembedza m'mitima mwathu, ndiyeno kutiyesa olungama zochita zathu mwa kupeputsa choonadi cha Mawu a Mulungu kapena kutanthauzira molakwika kwa mathero athu. Mawu akuti, "Mulungu ndiyedi; nena," akhoza kusokeretsa.

Kuyesedwa kwa Zomwe Tamva

Monga wantchito wanthawi zonse wa Ambuye, ine ndikukhulupirira kuti Ambuye Mulungu wayika kuyitana pa moyo wanga. Poyambirira, Ambuye anatumiza mkazi wanga ndi ine kukatumikira ku Mauritius ndi Reunion, zisumbu m'nyanja ya Indian Ocean. Panali nthawi yomwe kuyitana uku zinali zovuta ndithu. Tinakumana ndi mavuto athu thanzi la mwana wamkazi. Anthu ankakangana mu mpingo momwe ife anatumikira. Nthaŵi zambiri ndinkagwetsa misozi pamene ndinkafuna kuchita Mulungu anandifunsa kuti ndichite. Nthaŵi zina tinkaponderezedwa za mdani ndi kutsutsa kwake utumiki. Zosavuta bwanji zikanakhala nthawi imeneyo kufunsa funso, "Kodi Mulungu anati?" Chinthu chokha chomwe chinatipangitsa ife kukhala pamenepo nthawi zinali chidziwitso cha maitanidwe a Mulungu pa miyoyo yathu.

Ambuye tsopano watsegula chitseko kuti ndifikire anthu padziko lonse lapansi kudzera mu kulemba ndi podcasting. Ndikupitiliza, komabe, kukumana ndi mayesero a mdani mu Mawu akuti, "Kodi Mulungu ananenadi." Pali nthawi pamene ndamva Satana akutsutsa kutsimikizika kwa kuitana kwa Mulungu pa moyo wanga kuphunzitsa Mawu. Wandiyesa kuti ndidabwe ngati utumiki wanga ungakhudze iwo amene amaŵerenga zimene Mulungu ali nazo kuika pamtima wanga kulemba. Nthaŵi zambiri ndakhala ndikukayikira mmene Mulungu amachitira akhoza kundigwiritsa ntchito kapena ngati ndikuyendadi monga woyenera mtumiki. Masiku ano, ndi chikhulupiriro mu zimene Mulungu wavumbulutsa kwa ine izo zimandipangitsa ine kupita. Ndikhoza kumvera Satana ndi ake kukhumudwa kapena kuchita zomwe ndimakhulupirira kuti Mulungu wandipatsa kuchita. Ndimasankha kukana mayesero a Satana.

Pamene Eva anayima pamaso pa mdani tsiku limenelo, panali chachikulu Nkhondo yauzimu ikulimbana mu mtima mwake. Ife tiribe njira kudziwa zomverera ndi malingaliro onse akuthamanga mwa iye maganizo ndi mzimu mu nthawi imeneyo. Nthawi zambiri pamakhala woonda kwambiri mzere pakati pa kumvera ndi kupanduka. Nthawi zambiri zonse zimayima pakati pawo ndi chidaliro chathu mu Mawu a Mulungu ndi Ake kutsogolera.

Kupotoza Choonadi

Ndiroleni ine nditsirize ndi mawu omaliza pa zomwe Satana adauza Eva pa Genesis 3:1:

"*Kodi Mulungu anati, 'Musadye zipatso za mtengo uliwonse m'mundamo? garden'?*" — Genesis 3:1

Ngakhale pali kutsutsana pa momwe ndimeyi iyenera kukhalira kutanthauziridwa, English Standard Version ndi zina matembenuzidwe olemekezeka akuwoneka kuti akusonyeza kuti Satana ndiye kupotoza choonadi cha Mulungu apa. Amanena kuti Mulungu anali analetsa Hava kudya chipatso cha "mtengo uliwonse" wa m'mundamo. Lamulo lenileni la Mulungu pa Genesis 2:16 linanena zimenezo Adamu ndi Hava anali ndi ufulu wodya "zipatso za mtengo uliwonse" kupatulapo chimodzi:

> *16 Ndipo Yehova Mulungu analamulira munthuyo, nati, Mitengo yonse ya m'munda udyeko; (17) koma mtengo wakudziwitsa zabwino ndi zoipa usadye umenewo: chifukwa tsiku lomwe udzadya umenewo udzafa ndithu.* – Genesis 2:16-17

Kusiyana kwa "kusadya mtengo uliwonse wa m'munda" ndipo "idyani mitengo yonse ya m'munda, koma mtengo wa m'munda kudziwa zabwino ndi zoipa" n'kofunika kwambiri. Satana akuwoneka kukokomeza zinthu powonjezera mabodza ake mawu. Iye akufunsa Hava kuti akhulupirire bodza. Iye akuchokako kumupangitsa iye kukayikira zomwe Mulungu akunena kuti aname molimba mtima zimene Mulungu ananena.

Kuyang'ana mwachangu kwa mpingo wa tsiku lathu kudzawulula zambiri agwa mumsampha uwu. Anthu ambiri amakhala Chikhristu izo sizimaphunzitsidwa konse mu Lemba. Ndi Chikhristu chodzazidwa nacho miyambo ndi miyambo yomwe yakhala yofunika kwambiri kuposa malamulo a m'Malemba. Chikhristu, kwa ena, ndi zonse zokhudzana ndi moyo kapena ndale. Kwa ena, izo zimakhala ndi misonkhano, machitidwe kapena ziphunzitso koma ali kwambiri chochepa chochita ndi ubale wapayekha ndi Ambuye Yesu ndi kukhalamo kwa Mzimu Wake. Kodi takhulupirira bodza la Satana kuti ngati tipita kutchalitchi? zonse zikhala bwino? Kodi tagula mu nthano imeneyo bola ngati tili ndi chiphunzitso cholondola, tidzakhala olondola Mulungu? Kodi mdani wapotoza ganizo lathu pa tanthauzo lake kukhala wotsatira wa Khristu?

Izi zikutifikitsanso ku funso lakuti, "ali ndi Mulungu anati?" Mukuwona, pamapeto pake, zonse zofunika ndi zomwe Mulungu akuti. Ndi Mau ake amene ayenera kutitsogolera. Lamulo limenelo cha Mulungu chimatiteteza ku kuukiridwa ndi adani. Liti mdierekezi anamuyesa Yesu, mobwerezabwereza, Iye anamamatira choonadi cha Mawu a Mulungu. "Kwalembedwa" kunali kudziteteza kwake motsutsana ndi adani. Tiyeni tidalire Mulungu ndikukana kuukira kwa njoka ndi chitetezo cha muyaya ndi Mulungu mawu odalirika.

Za Pemphero:

Ambuye, nthawi zambiri, talola mdani kuswa pansi chitetezo chathu. Tagwa m'mayesero ake nafunsa mawu a Mulungu woyera ndi wolungama. Atate, tikuvomerezani Inu monga Mulungu wabwino ndi wangwiro mwa amene sali uchimo. Timazindikira nzeru zanu ndikudzipereka ku njira Yanu. Tipatseni chidaliro mwa Inu monga Mbuye wathu ndi Mpulumutsi. Tiphunzitseni tanthauzo la kudalira Inu. Tithandizeni kulimbana ndi woipayo amene amafuna kutichititsa funsani mawu anu ndi chikhalidwe.

Mutu 3 - Koma Mulungu Adati

Ndipo mkaziyo anati kwa njoka, Tidyeko zipatso za mitengo ya m'mundamo, 3 koma Mulungu anati, Mudzatero; osadya zipatso za mtengo umene uli pakati pawo munda, musaukhudze, mungafe.'" — Genesis 3:2-3

M'mutu womaliza, tinaona mmene njoka inafunsa Hava ngati Mulungu anamuuza kuti asadye kuchokera ku mtengo uliwonse wa m'mundamo. Tinalingalira zachinyengo za satana m'mawu awa. Pamene tikufika tsopano ku ndime ziwiri ndipo chachitatu, tiyeni tikambirane kaye zimene Hava anachita ku funso la Satana.

Kuvomereza Mawu a Mulungu

Pa Genesis 3:1, Satana anapotoza mau a Mulungu kuti anene chinachake chimene Iye sananene. Iye ananena kuti Mulungu sanatero ankafuna kuti Adamu ndi Hava adye zipatso za mtengo uliwonse m'mundamo. Taonani mu vesi lachiwiri mmene Hava anadzudzula Satana.

2 Ndipo mkaziyo anati kwa njoka, Tidyeko zipatso za mitengo ya m'munda."—Genesis 3:2

Hava anakhalabe wokhulupirika ku mawu a Mulungu. Iye anawona za Satana kumunamizira ndi kumuwongolera.

Onaninso mu vesi lachitatu mawu akuti, "Mulungu anati."

Koma Mulungu anati, Usadye zipatso za mtengowo; umene uli pakati pa munda, ndipo musaukhudze; kuti mungafe.'" — Genesis 3:2-3

Mawu akuti "Mulungu anati" amasonyeza bwino lomwe kuti Hava ankadziwa chimene chinali kuchitika Mulungu anali atalamula. Anavomereza zimenezi monga chifuniro cha Mulungu ndipo anakana kugonja ku mayesero a mdierekezi. Eva ngakhale anabwereza mawu a Mulungu kwa Satana.

Mpaka pano, Hava ndi chitsanzo chabwino kwambiri kwa ife. Satana amapotoza Malemba kaamba ka zolinga zake zoipa. Iye amadziwa mphamvu ya Mawu a Mulungu ndipo adzachita zonse zomwe angathe kuti athetse kukayikira pa izo. Ambiri agonja ku chiyeso chimenechi cha madzi kapena kuimira molakwika Mawu a Mulungu. Nkhanza zoopsa zakhala zikuchitika chifukwa satana wachita bwino poyambitsa anthu kuti atenge Lemba kunja kwa nkhani yake. Ambiri atero kukodwa mumsampha wa ziphunzitso zonyenga za timagulu tampatuko topotoza choonadi za Baibulo. Ena asokonezedwa ndipo, achoka kukhudzika, sikunakhale kozama pakugwiritsa ntchito Malemba ku miyoyo yawo.

Ngati tikufuna kuti tigonjetse mayesero a Satana, tiyenera kutero kudziwa choonadi cha Mawu a Mulungu. Mawu awa ndiye chitetezo chathu motsutsana ndi kuukira kwa mdani ndipo amatisunga panjira ya chilungamo ndi choonadi. Timakaniza mdierekezi kupyolera mu Chowonadi cha malembo, chomwe ndi chishango ndi lupanga lathu. Pamene a Mdani akufuna kutigwetsa, tiyankha ndi mawu a Hawa."Koma Mulungu anati." Akamanenedwa kuchokera pansi pamtima, atatuwa mawu aang'ono amabwezera mmbuyo mphamvu za gehena. Satana alibe ulamuliro pa Mawu ndi malamulo a Mulungu. Iye watero Palibe mphamvu yolimbana ndi iwo amene amaima pachoonadi. Ku mfundo imeneyi, Hava anavomereza lamulo la Mulungu.

Kuyamikira Madalitso a Mulungu

Taonaninso chinthu china m'ndime yachiwiri. Lingalirani mawu akuti, "Zipatso za mitengo ya m'mundamu tizidya. Wolemba kumufunsa Eva funso, "Kodi Mulungu anati, 'Mudzatero osadya zipatso za mtengo uliwonse wa m'mundamu?'" Satana ankafuna kuti Hava adye kuganiza kuti Mulungu amamuletsa. Iye anali kuyesera kumuuza iye zimenezo Iye anali kuphonya zina mwa zinthu zosangalatsa za moyo anayenera kupereka.

Pamene Hava anayankha kuti, "Tikhoza kudya zipatso za mitengo ya m'munda," akudzikumbutsa yekha ndi Satana kuti Mulungu anamudalitsa kwambiri iye ndi mwamuna wake. Satana anali kuyang'ana pa mtengo umodzi, koma Eva anazindikira kuti munda wonse unalipo kwa iye. Eva ndi mwamuna wake Adamu anali ndi zonse zofunika m'mitengo ina yambirimbiri imene inalipo kwa iwo. Sanafunikire kudya za mtengo woletsedwawo pulumuka kapena kusangalala ndi zabwino za Mulungu.

Mitengo ina inakhuta wnjoadlaayliatswikoankdwi kaumsbainrignadlait Msaulkuunkgoum, amkewnaewaon. Awnaapliatsa zosiyanasiyana zoterozo ndi zakudya zambiri. Ngati Mulungu watipatsa madalitso zana (100) koma nkutsekereza imodzi; yesero lathu nthawi zambiri ndikupereka zana ku kukumana ndi zomwe zaletsedwa. Kukhutitsidwa ndi kanthu tiyenera kuphunzira monga okhulupirira. Satana anali kuloza kwa Hava mtengo umodzi woletsedwa m'munda wodzala ndi zochuluka. Iye anali kufunafuna kusokoneza chikhutiro chake mu madalitso a Mulungu.

Mtumwi Paulo anafunika kuphunzira kukhala wokhutira zilizonse zomwe adakumana nazo:

(11) Si kuti ndinena za kusowa, pakuti ndatero ndinaphunzira kukhala wokhutira ndi zimene ndili nazo. -Afilipi 4:11

Polembera Timoteo, anamchenjeza za kuopsa kwa kusachita kukhutitsidwa ndi zomwe Mulungu wapereka:

(8) Koma ngati tili ndi chakudya ndi zovala, tidzakhala nazo zomwe zili. (9) Koma amene akufuna kukhala achuma amagwa mayesero, kulowa msampha, kulowa ambiri opanda nzeru ndi ovulaza zilakolako zomwe zimagwetsa anthu m'chiwonongeko ndi chiwonongeko. (10) Pakuti muzu wa zoipa zonse ndiwo chikondi cha pa ndalama; Zili choncho kudzera mu chilakolako chimenechi chimene ena asokerapo chikhulupiriro nadzipyoza ndi zowawa zambiri. -1 —Timoteyo 6:8-10

Satana anachititsa chidwi cha Hava za mtengo woletsedwawo. Ku ichi Komabe, Hava anayang'ana chithunzi chachikulu. Iye anali munda wonse wamitengo kudya kuti musangalale. Chifukwa chiyani? pachiwopsezo chotaya chilichonse chifukwa cha mtengo umodzi woletsedwa?

Kodi zimakudabwitsani kuti mwamuna kapena mkazi akhoza kutaya banja lawo kwa mphindi yosangalala ndi bwenzi lina? Kodi zimakudabwitsani kuti achinyamata angawononge tsogolo lawo kwa botolo la mowa? Machenjera a Satana alibe zasintha m'kupita kwa zaka. Iye wayima pamaso pathu lero. Kutitsutsa ife kuyika pachiswe madalitso osawerengeka a Ambuye kwa mphindi imodzi ya uchimo.

Pamene Hava anaima pamaso pa Satana tsiku limenelo, iye anaona zonse munda wa madalitso pamaso pake. Ngati tikufuna kuti tigonjetse kuyesedwa kwa mdani, tiyenera kutenga kamphindi kuti tiwerenge zabwino za Ambuye. Tengani kamphindi kuti muganizire za Iye ubwino, chifundo ndi kukoma mtima kwakukulu. Kodi munga Kupereka munda wonse chifukwa cha mtengo umodzi? Kukumbutsa Satana za Munda wodzadza ndi mitengo yomwe ali nayo. Hava anayamikira kwambiri zimenezi chilungamo cha Mulungu pa moyo wake. Satana ndi ziwanda zake kukankhidwira mmbuyo ndi mtima woyamikira Mulungu.

Kuvomereza Chitetezo cha Mulungu

Taganizirani mawu a Hava pa Genesis 3:3:

3 Koma Mulungu anati, Usadye zipatso za mtengowo; umene uli pakati pa munda, ndipo musaukhudze; kuti mungafe." — Genesis 3:3

M'mawu amenewa, Hava akusonyeza kumvetsa chifukwa chake sanadye chipatso cha mtengowo pakati pa munda munda. Mulungu anawauza kuti akadya zipatso za mtengowo, adzadya adzafa. Ngakhale kuti lingaliro la imfa linali lachilendo kwa Hava, anadziwa kuti sichinali chinthu chabwino. Iye ankadziwanso kuti Lamulo la Mulungu pa mtengowo linali lowateteza. Mu mawu awa, amasonyeza chikhulupiriro chake kuti Mulungu anali naye chidwi pamtima pamene adamuuza kuti asadye kapena kukhudza izi mtengo.

Satana anayesa kupangitsa Hava kukhulupilila kuti Mulungu amamusunga chinachake kuchokera kwa iye. Eva anakumbutsa Satana apa kuti chiyani Mulungu ankamubisira chinthu china chovulaza.

Malinga ndi kunena kwa Hava pa Genesis 3:3, Mulungu sanawauze nkomwe kukhudza mtengo. Pali phunziro lofunika kwambiri pa zimene Hava anachita anamuuza Satana. Osakhudza mtengo anawonjezera wosanjikiza wina wa chitetezo kwa Adamu ndi Hava. Lamulo ili kuti musakhudze mtengo ukadawaletsa kuyandikira ndi kuzula zipatso zake.

Anthu ambiri amachimwa chifukwa amayandikira kwambiri ku mayesero. Iwo amathyola zipatso mtengo wa mayesero ndi kunyamula iwo mozungulira nawo mu awo mthumba. Amadziika okha m'mikhalidwe yomwe angathe kuyesedwa.

Mukadziyika nokha m'mayesero, chidzasunga chiyani inu kuyambira tsiku lina kugwera mu mayesero? Kodi mukumva muli amphamvu zokwanira kukana? Kodi mukuganiza kuti Mulungu ali? wokakamizika kukutetezani pamene mukudziyika nokha pa udindowu? Yesu anakana kudumphira pamwamba pa nsonga ya kachisi pamene Satana anamuyesa Iye. Iye sakanayesa Atate. Ndawonapo okhulupirira ambiri akufikira mtengo wakudziwitsa zabwino ndi zoipa ndi kuwukhudza. Ine ndatero kudziwika onse okhulupirira ambiri kubudula mayesero mayesero ndi kunyamula m'thumba mwawo, kudzitonthoza okha kunena kuti bola ngati sakudya, alibe anachimwa. Yesu akutikumbutsa, komabe, kuti simuyenera kutero kuluma mu chipatso cha tchimo kukhala wolakwa. Mutha kuchimwa pokhumba kotero kuti inu mukhudza mtengo umenewo ndi kunyamula zipatso zake mwa inu mtima.

Pouza Hava kuti asakhudze mtengowo, Mulungu anali kuwonjezera nsanjika wa chitetezo. Ngati titi tigonjetse adani mayesero, tidzayenera kudzipereka tokha kuti tipewe kuchokera kumalo kapena zochitika zomwe tingayesedwe. Mofanana ndi Hava, tiyenera kuzindikira kuti Mulungu ali ndi cholinga Malamulo ake. Chimene waletsa ndi cha ubwino wathu. Eva anavomereza kuti lamulo la Mulungu linali loti amuteteze. Mpaka pano, iye ndi chitsanzo choti titsatire.

Za Pemphero:

Ambuye Mulungu, zikomo chifukwa cha zomwe mwatiphunzitsa m'ndime iyi za mayesero a Satana. Ndikupempha Ambuye kuti mutithandizem dziwani Mawu anu mokwanira kuti muwone pamene apotozedwa ndi kuimiridwa molakwika. Chotsani chikaiko chonse mu mtima mwathu kotero, monga Hava, poyesedwa, tingayankhe kuti: "Koma Mulungu; akuti." Tipatseni ife maso kuti tiwone madalitso Anu ambiri ndi kuphunzitsa kuti tisangalale kwambiri ndi mitengo yabwino ya m'mundamo kuti sitiyesedwa ndi woletsedwa kwa ife. Tithandizeni dziwani kuti malamulo anu ndi otiteteza ndi zabwino. Titetezeni ife ku mayesero. Tipatseni ife kuzindikira kuti titalikirane ndi malo amenewo, mikhalidwe kapena anthu amene adzakhala mayesero kwa ife. Tilole ife musakhale olakwa pakuyesa Yehova Mulungu wathu.

Mutu 4- Mudsakhala Monga Mulungu

Koma njoka inauza mkaziyo kuti: "Simungatero ayi kufa. Pakuti Mulungu akudziwa kuti pamene mudya umenewo maso anu adzatsegulidwa, ndipo mudzakhala ngati Mulungu, wakudziwa zabwino ndi zoipa." — Genesis 3:4-5

Taona m'mene Satana anayesera mochenjera kwambiri kukayikira pa mawu ndi chikhalidwe cha Mulungu. Mpaka pano mu Nkhaniyi, Eva watsutsa zoyesayesa zake. Yankho lake kwa Satana m'vesi 3, "koma anati Mulungu," zikusonyeza kuti iye sanakayikire mawu a Mulungu kwa iwo monga banja. Polephera mu izi poyesa, Satana tsopano akugwiritsa ntchito njira yolunjika kwambiri ndime 4:

4 Koma njoka ienauza mkaziyo kuti: "Simungatero ayi kufa.
Genesis 3:4

Satana anali atafunsa kale ndi kupotoza zimene Mulungu anali nazo adatero. Pano mu vesi 4, iye ananyoza Mulungu poyera. Sitingathe kupeputsa mphamvu ya mawu akuti, "Simudzatero ayi kufa," m'moyo wa Eva. Hava anali asanamvepo chilichonse chotere izi. Iye ankakhulupirira Mulungu ndipo ankakhulupirira zonse zimene ananena. Panalibe chifukwa chochitira zimenezo. Mulungu anali atamudalitsa iye ndi mwamuna wake kwambiri. Iwo anayanjana nawo Iye m'munda ndipo anakumana zodabwitsa mgwirizano ndi mtendere ndi Iye.

Apa kwa nthawi yoyamba, Hava anamva mawu achipanduko ndi kudana ndi Mulungu. Satana ananyoza Mulungu poyera. Mu Kunena zoona, iye anali kuuza Hava kuti Mulungu anali kunama kwa iye. Izi maganizo anali asanamulowepo. Iye ankadziwa kuti Mulungu ali wokhulupirika m'zonse zimene ananena. Komabe, pamaso pake panali munthu amene anatsutsa Mulungu poyera ndi mopanda manyazi ankadziwa komanso ankakonda. Satana ananamiza Hava molimba mtima.

Yesu ananena kuti Satana ndi tate wake wa bodza. Kulankhula ndi Ayuda a tsiku Lake, Iye anati:

(44) Inu ndinu ochokera kwa atate wanu mdierekezi, ndipo kufuna kwanu kuchita zokhumba za atate wako. Iye anali wakupha wochokera ku gulu la anthu kuyambira, ndipo saima m'chowonadi, chifukwa pamenepo mwa Iye mulibe chowonadi. Akanama, amalankhula yekha khalidwe, pakuti ali wabodza, ndi atate wake wa bodza. —Yohane 8:44

Pomwe Satana nthawi zambiri amavala mabodza ake ndi kupanga kukopa, sitingakhulupirire zomwe Iye anena. Ambiri, komabe, agwa ku ziwembu zake. Timafunikira kuzindikira za Mzimu wa Mulungu, chidziwitso cha choonadi, a mtima wachikhulupiriro ndi mzimu womvera ngati tikufuna kukaniza mabodza awa.

Taonani zimene Satana amachita mu ndime 4. Mawu awa asanachitike Satana, panalibe chifukwa chokayikira zimene Mulungu ananena. Adam ndi Hawa adatsata njira imodzi, njira ya kumvera ndi chidaliro mwa Mulungu. Satana tsopano ali iwo pamphambano panjira. Amawapatsa njira ina njira. Eva tsopano akuyima pamaso pa mphanda iyi ndipo akukakamizika kutero pangani kusankha. Kodi akanatsatira njira ya chikhulupiriro chomvera mwa Mulungu, kapena akanasankha chitsogozo cha chidziwitso zabwino ndi zoipa?

Njira yodziwira zabwino ndi zoipa ndi yomveka ndi sayansi. Komabe, njira ya chikhulupiriro imatitsogolera gawo losadziwika. Nyengo yikati yajumphapo, nkhaŵa pa malo ghakusindikizga mabuku kutola mabuku. Mnyamata wina anali pashopu pamene Ndinafika ndipo ndinaona mutu wa bukhulo. Anayamba kugawana ndi ine malingaliro ake a Chikhristu. Anandiuza momwe analili ndi vuto ndi zina mwa ziphunzitso zake. Chimodzi mwa ziphunzitso zimenezo chinali chiphunzitso cha Utatu. Sanathe kumvetsa mmene Akhristu angakhulupirire kuti Mulungu Atate, Mwana ndi Mzimu Woyera ukhoza kukhala munthu mmodzi koma atatu osiyana. Ku iye, izi zinanyoza malingaliro ndipo sizingakhale zoona.

Ndimakumbukira mawu amene Yehova anandipatsa kwa iye tsiku limenelo. Ine anati, "Ndine wokondwa kuti pali zinthu zokhudza Mulungu zimene sindingathe kumvetsa. Ngati ndikanatha kumvetsetsa chilichonse chokhudza Mulungu, Iye sizingakhale zazikulu kuposa ubongo wanga waumunthu. Ndikufuna Mulungu ameneyo ndi wamkulu kuposa ine."

Pali mayankho awiri kwa Mulungu. Choyamba ndi kuyankha chidziwitso ndi kulingalira, ndipo chachiwiri ndi kuyankha wa chikhulupiriro. Nditamaliza maphunziro ake mu Religious Nditaphunzira ku yunivesite inayake, ndinakumana ndi mayeserowo kuti achepetse Chikhristu kuti chikhale cha anthu. Kwa ambiri mwa izi aphunzitsi, chikhulupiriro chinali chofooka. Mulungu wawo anali chidziwitso ndi chifukwa. Sanakhulupirire kalikonse sanathe kumvetsa. Pamene logic ndi kumvetsa zofunika, tiyenera kuzindikira kuti iwo si muyeso wa choonadi chonse. Monga anthu, tili ndi malire zomwe tingamvetse. Chowonadi china chimatsutsana ndi malingaliro.

Mulungu watiikira njira ziwiri, njira ya chikhulupiriro ndi njira wa kudziwa zabwino ndi zoipa. Njira ya chikhulupiriro imadalira pa zimene Ambuye ndi Mlengi wa dziko lapansi wavumbulutsa. Njira yodziwira zabwino ndi zoyipa imadalira pathu chidziwitso ndi kulingalira.

Satana anapereka njira yachiŵiri imeneyi kwa Hava m'mundamo. Mvetserani zomwe anamuuza tsiku limenelo:

Pakuti Mulungu akudziwa kuti pamene udzadya umenewo maso ako adzakhala adzatsegulidwa, ndipo mudzakhala ngati Mulungu, wakudziŵa zabwino ndi zoipa." — Genesis 3:5

Zindikirani kuyang'ana pa chidziwitso apa. Satana amalankhula za kudziwa Mulungu m'mawu akuti "pakuti Mulungu adziŵa." Iye imakambanso za chidziwitso cha anthu m'mawu akuti, "mudzatero mukhale ngati Mulungu, wakudziŵa zabwino ndi zoipa." Chipatso cha Satana amalendewera pamaso pa Hava mu ndime iyi ndi chipatso cha munthu chidziwitso ndi chifukwa.

Monga Mulungu, Wodziwa Zabwino ndi Zoipa

Pali zambiri zomwe tiyenera kuzifufuza mu Genesis 3:5. Choyamba zindikirani momwe Satana amapangira mgwirizano kudziwa ndi kukhala ngati Mulungu m'mawu akuti, "mudzatero mukhale ngati Mulungu, wakudziŵa zabwino ndi zoipa." Chidziwitso apa ndiye kuti Hava, mwa kukula kwake m'chidziŵitso, akanakhala wofanana naye Mulungu. M'mawu ena, umbuli wake ndi umene unamulepheretsa kukhala mulungu.

Sitiyenera kuyang'ana motalika kwambiri kuti tiwone umboni za filoso fiimeneyi m'tsiku lathu. Ganizirani zinthu zaumunthu wakwaniritsa pa moyo wathu. Zomwe tidapindula nazo luso lathu silinasiye kundidabwitsa. Ife ndife kupeza machiritso a matenda omwe ankaganiziridwa kale kukhala akupha. Pakati pathu sanafunse funso, "nthawi yopatsidwa, ilipo palibe chomwe sitingachite?" Zathu zasonkhanitsa kudziwa dziko lino kwatithandiza kuchita zomwe zinali ndinaganiza zosatheka panthaŵi ina m'mbiri. Izi zowonjezera atipangitse ife kudziwona tokha ngati ambuye athutsogolo. M'malo mwake, timakhulupirira kuti titha kuchita chilichonse chomwe takhazikitsa maganizo athu kuchita. Chidziwitso chathu chosonkhanitsidwa chimatipangitsa kutero tembenukani kwa Mulungu. Timadalira zomwe tachita bwino ndipo tikuwona ayi kufuna kwa Mulungu. Timawaona amene akuyenda panjira yachikhulupiriro ngati ofooka ndi okhulupirira malodza. M'malingaliro athu, omwe amadalira Mulungu amene sangamuone ali wonyoza kudziwa. Maphunziro athu ndi luso kukhala njira kukhala ngati Mulungu.

Pakuti Mulungu Ngodziwa

Lingaliraninso mawu akuti "pakuti Mulungu adziŵa." Satana akuwoneka kumuuza Eva kuti Mulungu anali ndi chidziwitso kuti Iye sanali kuwulula kwa iye. Kudziwa zimenezi kukanatsegula maso a Hava. Akuwoneka kuti akuwonetsa kusiyana pakati pa Hava ndipo Mulungu adapezeka m'kudziwako. Malinga ndi satana, izi ndizo zonse zomwe zidalekanitsa Eva kukhala ngati Mulungu. Mmodzi pafupifupi amapeza lingaliro lakuti Satana anafuna kuti Hava akhulupirire zimenezo Mulungu anaopsezedwa ndi anthu amene anaunjikana chidziwitso.

Kuyambira kalekale, Mulungu ankadziwa zimenezi kudziwa kudzachuluka ndi kukhala mulungu wa anthu mibadwo yakudza. Mvetserani mawu a Mulungu kwa Ambuye Mneneri Danieli:

> (4) Koma iwe Danieli, tsekera mawuwo, nusindikize bukulo, mpaka nthawi ya chimaliziro. Ambiri adzathamanga uku ndi uko, ndipo kudziwa kudzawonjezeka." —Danieli 12:4

Kudziwa zimenezi sikuopseza Mulungu. Kutsika kwa satana kwa Mulungu ndi khalidwe lake ndi chipongwe. Lemba limafotokoza momveka bwino zimene zidzachitikira Satana m'masiku otsiriza.

Adzaponyedwa m'nyanja yamoto; ndipo mdierekezi amene adawasokeretsa adaponyedwa m'menemo nyanja yamoto ndi sulfure kumene chilombo ndi chonyenga anali mneneri, ndipo adzazunzidwa usana ndi usiku kunthawi za nthawi. —
Chivumbulutso 20:10

Mulungu sawopsezedwa ndi chidziwitso chodzikundikira Satana, angelo ake ndi otsatira ake. Adzayankha kwa Iye chifukwa cha mwano wawo. Chiphunzitso cha satana kuti chidziwitso ndicho njira yakukhala ngati Mulungu imangosokoneza ife ku zomwe zathu. Ambuye watikonzera ife kupyolera mu chikhulupiriro mu Mawu Ake ndi Ake Mwana.

Mudzakhala Ngati Mulungu

Satana anauza Hava tsiku limenelo kuti akadya za mtengo wa m'munda kudziwa zabwino ndi zoipa, adzakhala ngati Mulungu. Apo ndi chinthu chodabwitsa kwambiri pa mawu awa. Chifukwa chiyani? Satana ananyengerera Hava kuti achite zinthu zimene zingamusangalatse Mulungu? Anali Mulungu amene Satana ankadana naye. Iye sanatero kufuna kuti anthu akhale monga Iye.

Izi, ndithudi, sichinali cholinga cha Satana. Mukunena Eva iye akanakhoza kukhala monga Mulungu, iye anali kumukhazika iye mkati kutsutsa Mulungu. Iye ankafuna kuti iye achoke pansi pa Ake ulamuliro wakukhala mbuye wa moyo wake.

Zindikirani kuti Hava ankakonda ndiponso kulemekeza Mulungu. Iye ankafuna kutero kukhala monga Mulungu mu khalidwe ndi zochita. Satana ankafuna njira yoti akhale ngati Mulungu podziwa zabwino ndi zoipa. Koma Satana ankabisira Hava mfundo yofunika kwambiri. Kukhala "ngati Mulungu" m'maganizo mwake kunalibe kanthu kochita kuyandikira kwa Mulungu. Mwa kukhala "ngati Mulungu," m'maganizo a Satana m'malingaliro, Hava akanadziika yekha motsutsana ndi Mulungu. Iye akanatero khala Mbuye pa moyo wake ndipo chita zimene adakhulupirira zabwino kwa iyemwini.

Ndiroleni ndinenenso chinthu chimodzi chokhudza mawu awa. Pamene ife chikhumbo chofuna kukhala ngati Mulungu mu chikhalidwe ndi zochita, chenicheni ndi kuti palibe mmodzi wa ife adzakhala wofanana ndi Mulungu. Pamene Satana anauza Hava kuti n'zotheka, zoona zake n'zakuti kuti Mulungu adzakhala wamkulu nthawi zonse kuposa ife. Iye ndi Mulungu, ndipo ife Ndi zolengedwa Zake. Tidzakhala odalira kwamuyaya pa Iye. Iye adzakhala woyenera kutamandidwa kwathu ndi kupembedza chifukwa Iye ndi wamkulu kuposa ife. Ngakhale angelo akumwamba sikuli ngati Mulungu. Iwo amagwa pamaso pake pomupembedza ndi kumpembedza Iye monga Mbuye ndi Mbuye wawo. Pamene ine kwathunthu ndikuyembekeza kuti mtima wanga ndi cholinga chidzakhala tsiku lina kwathunthu mu kulunzanitsa ndi Mulungu kumwamba, ine sindidzakhala kwathunthu monga Iye. Ine sindidzakhala konse Mulungu. Ndidzagwada nthawi zonse kwa Iye.

Kudziwa Zabwino ndi Zoipa

Satana anauza Hava kuti akadya zipatso za mtengowo, adzadyamaso ake anatseguka kuti adziwe zabwino ndi zoipa. Iye anamuuza iye zimenezo Mulungu ankadziwa zoipa ndipo anamutsimikizira kuti ngati Mulungu ankadziwa za zoipa, izo sizikanakhala chinthu choipa. Mpaka pano, Eva lingaliro la zoipa linali lochepa kwambiri, chifukwa ankakhala mu a dziko lapansi kumene anthu anali asanakumanepo nazo zotsatira za uchimo.

Mawu a Satana onena za Mulungu wodziwa zabwino ndi zoipa akhoza kukhala ododometsa. Komabe, zindikirani kuti Satana akulankhula apa kuchokera ku zokumana nazo zaumwini. Iye anali mngelo pamaso pa Mulungu koma adamupandukira ndipo adatayidwakumwamba. Ngakhale uchimo usanabwere padziko lapansi, Mulungu anali atatero analankhulapo kale kumwamba.

Satana anauza Hava tsiku limenelo kuti anafunika kudziŵa zoipa. Kumvetsetsa kwake za moyo sikunali kokwanira ngati akanadziwa za zabwino. Pali chinthu cha choonadi ku chimene Satana ali kunena pano. Ngati tikufuna kutumikira Mulungu ndi kuyenda m'njira yake, tiyenera kudziwa zoipa. mvetsetsani apa, kuti kuipa sikunali vuto m'mundamo. Iwo ndithudi akanatha kukhala ndi moyo wosangalala ndi wathunthu popanda n'komwe kukumana kapena ngakhale kudziwa za tchimo ndi kupanduka motsutsana ndi Mulungu.

Mulungu akufuna kuti tidziwe za uchimo kuti tithe kusiya izo. Komabe, pali kusiyana kwakukulu pakati pa kudziwa za zoipa ndi kutsegula mitima yathu kwa izo. Taganizirani mawuwa wa mtumwi Paulo kwa Aefeso:

> *(11) Osagawana nawo ntchito za mdima zosabala zipatso, koma m'malo mwake aulule. (12) Pakuti n'chamanyazi ngakhale kuchita amalankhula zinthu zimene amachita mseri. – Aefeso 5:11-12*

Onani kuti Paulo akutiuza kuti tiyenera kuvumbula "osabala zipatso ntchito zamdima." Akupitiriza kunena, komabe, kuti ziri "zochititsa manyazi ngakhale kulankhula zinthu zimene iwo amachita chinsinsi." Mumavumbulutsa bwanji chinthu pomwe chili chamanyazi ngakhale kulankhula zinthu izi?

Paulo anazindikira kuti ntchito za mdima ziyenera kukhala poyera. Ndiko kuti, machimo amenewa anafunika kuthetsedwa mu mpingo. Mpingo sunathe kukula motalika ngati izi "ntchito za mdima" zinali pakati pawo. Zochita izi anafunika kuzulidwa ndi kuchotsedwa. Mtumwi nayenso Mudzakhala Ngati Mulungu anamvetsa kuti n'zotheka kuulula ena mayesero polankhula za ntchito izi.

Kodi mwakhala mukuwona zomwe zimawoneka ngati a filimu yopanda vuto, ndipo mwadzidzidzi, chochitika chikuwonekera chophimba chomwe chikuwonetsa zinthu zopanda umulungu? Monga maso anu kuchedwa, mumayamba kumva kukopa kwa chilakolako kapena mkwiyo mu mtima mwanu. Kuchita ndi uchimo kuli chonchi. Pali mzere wabwino pakati kuzivumbulutsa ndi kuyesedwa ndi nyambo yake.

Mulungu ankateteza Hava ku zoipa chifukwa zikanamupweteka. Iye ankafuna kuti amuteteze ku chilichonse chimene chingasweke chiyanjano chawo wina ndi mzake. Tchimo, ngati matenda oopsa, adzawononga onse aŵiri Hava ndi mwamuna wake. Iwo akanatero kuwononga miyoyo ya ana awo ndi kuwononga dziko Mulungu anawalengera iwo. Chimene Mulungu anamusungira Eva chinali kwa ubwino wake. Koma Satana anamuchititsa kukhulupirira kuti zinalidi choncho kumuchepetsa. Tikatseka maso athu, kutsekereza makutu athu ndikusiya uchimo, tikuzindikira kuti si nzeru zonse zothandiza. Monga momwe tiyenera kuwonera zomwe timadya ngati tikufuna kukhala athanzi, kotero tiyeneranso kuyang'ana zomwe timalora m'moyo wathu maganizo. Mtumwi Paulo anauza Afilipi kuti:

(8) Pomaliza, abale, zilizonse zowona, zilizonse zolemekezeka, zilizonse zolungama, zilizonse zoyera,

zilizonse ziri okoma, chiri chonse choyamikirika, ngati chiripo chabwino, ngati pali china choyenera kutamandidwa, lingalirani za zinthu izi. — Afilipi 4:8

Mtumwiyu analimbikitsa Afilipi kuti adzaze maganizo awo ndi zinthu zomwe zinali zolemekezeka, zoyera, zokongola, zoyamikirika, zabwino, ndi zoyenera kutamandidwa. Mawu akuti, "inu ndi zimene mumadya," zimagwiranso ntchito pa zimene timaganiza. Liti timadzaza malingaliro athu ndi malingaliro okwiya, ansanje ndi osilira; izi zidzaonekera m'zochita zathu. Pamene tiyenera kukhala 43 .kudziwa uchimo ndi zoipa m'miyoyo yathu ndi mdera lathu, a kuyang'ana koyipa pa chidziwitso cha zoyipa kungakhale zowononga moyo wathu wauzimu. Zinthu zina zimangolepheretsa ubale wathu ndi Mulungu. Zinthu zina ndi zamanyazi kwambiri ngakhale kulankhula za (Aefeso 5:12).

M'mavesi amenewa, Satana analimbikitsa Hava kuti azilamulila moyo wake womwe. Anamutsutsa kuti achoke kwa iye kudalira pa Mulungu ndi kupanga tsogolo lake kupyolera mu kudziwa zabwino ndi zoipa. Amayesa kuchotsa chitetezo cha Mulungu ndikumupatsa maphunziro mu kudziwa uchimo ndi kupanduka. Tikuwona kuyesa uku tsiku lathu. Ife tonse timayima patsogolo pa mphanda mumsewu. Chikwangwani choloza mbali imodzi chimasonyeza kuti n'chimodzimodzi njira ya chikhulupiriro. Chizindikiro china chikuwonetsa njirayo ngati njira yodziwitsa zabwino ndi zoipa. Pamene ife taima pamenepo poganizira njira ziwirizi, timakakamizika kupanga a chisankho. Kodi tizikhulupirira zomwe Mulungu wanena, kapena tizikhulupirira kusankha njira ya nzeru ndi kulingalira kwaumunthu? Palibe funsani kuti njira yodziwitsa zabwino ndi zoipa ndi chokopa. Zimabweretsa chitonthozo, chisangalalo, kuvomerezedwa ndi kudziyimira pawokha, koma sizimatsogolera ku moyo wosatha ndi chiyanjano ndi Mulungu. Aliyense wa ife ayenera kusankha njira adzaponda.

Za Pemphero:

Atate, pamene tiyang'ana dziko limene tikukhalamo, timaona mmene Satana akupitiriza kulankhula mawu omwewo m'tsiku lathu.Iye amatsutsabe amuna ndi akazi kuti akhale awo milungu ndikusankha tsogolo lawo. Amalimbikitsabe chidziwitso ndi kupindula kwaumunthu monga njira yopitira ku a tsogolo labwino. Chidziŵitso chimenechi chimene Satana amalimbikitsa nthaŵi zambiri amatichititsa khungu kuti tisaone kufunikira kwathu kwa Mulungu. Timakhala osadalira Mulungu ndipo amaona kuti tingathe kuthetsa mavuto athu onse. Atate, ife zikomo chifukwa cha zabwino ndi zabwino zomwe ukadaulo wathu uli nazo zatipatsa ife, koma ndikupemphera kuti tisalole zitonthozo izi kutichotsa kwa Inu. Tikudziwa kuti tsiku likubwera pamene tidzaima pamaso panu. Tiphunzitseni ife ngakhale tsopano kuika Inu woyamba m'miyoyo yathu. Tithandizeni ife tsiku la chidziwitso chachikulu ndi kupambana kuti tiyang'anire maso athu kwa Inu. Mulole dziko ili ndipo uchimo wa dziko lapansi sudzatisokoneza ife ku ulemerero wanu ndi chiyembekezo chomwe mumapereka mwa Mwana Wanu Yesu Khristu.

Mutu 5 - Zabwino Zosangalatsa Komanso Zofunidwa

Chotero mkaziyo ataona kuti mtengowo unali wabwino chakudya, ndi kuti chinali chokondweretsa m'maso, ndi kuti mtengo wolakalakika wakupatsa nzeru, iye anatengako mwa iye chipatso nadya, napatsanso mwamuna wake amene anali naye, nadya. — Genesis 3:6

Mu vesi 4 ndi 5, takambirana mmene Satana anakulirakulira kuyesetsa kwake kuyesa Hava. Momwemonso Hava adachedwetsa m'malo mwake kukhalapo ndi kusinkhasinkha mawu ake, m'pamenenso anali kuyesedwa. Taonani mawu abwino m'chakudya, chokondweretsa kwa Yehova; maso, nafuna kupangitsa munthu kukhala wanzeru pa Genesis 3:6. The chipatso cha mtengowo chinalidi chosangalatsa. Timasocheretsa tokha ngati tiganiza kuti uchimo ulibe kukopa thupi lathu. Komabe, timadzinyenganso tokha ngati tikhulupirira kuti a kukhutitsidwa kwauchimo kwa zilakolako zathu sikumawononga. Monga Hava anachedwa pamaso pa mtengo wakudziwitsa zabwino ndipo choipa, adadzipeza yekha kukopeka ndi zipatso zake. Zindikirani chiyani ndi zomwe zidamukopa iye.

Zabwino pa Chakudya

(6) Choncho mkaziyo ataona kuti mtengowo unali wabwino chakudya – Genesis 3:6

Zipatso za mtengo woletsedwawo zinali zabwino kudya. Mu zina M'mawu ake, chipatsocho chinkaoneka chokoma komanso chosangalatsa kwa Hava kukoma masamba. Iye ankadziwa kuti adzakumana ndi mavuto aakulu kondwerani kulawa chipatso ichi. Zingakhale zokondweretsa kwa iye zokhudzira thupi. Tisadzinyenge tokha poganiza kuti uchimo nthawi zonse umakhala wowawasa, wowawa ndi wonyansa.

Chipatso cha mtengo woletsedwacho chingakhale chokoma, koma ayi chilichonse chosangalatsa kukoma ndi chabwino kwa ife. Satana ali ndi mthandizi wamkulu m'thupi lathu. Iye amatilimbikitsa kuti tigonjetse maganizo athu zilakolako ndi zilakolako. Amatiuza kuti zilakolako izi zinali zolengedwa ndi Mulungu ndipo mwachilengedwe. Zokonda zathu zachilengedwe, komabe, sizili chitsogozo cha chabwino. Tangoganizani moyo Padziko lapansi zikadakhala ngati munthu aliyense atadzipereka kwa iye zilakolako popanda kudziletsa.

Zilakolako za thupi lathu ziyenera kudziletsa. Satana akuitana kuti tidzipereke ku chilakolako chilichonse ndi chilakolako. Mulungu akutiyitana ife kudziletsa ndi kumvera. Ngati tingathe kukaniza Satana ndi wake mayesero, tiyenera kudzipereka kukhala moyo a moyo wodziletsa ndi kusunga zilakolako za thupi lathu pansi kulamulira. Mvetserani mawu a Paulo kwa Akorinto:

(27) Koma ndimalanga thupi langa ndi kulisunga; kuti, nditalalikira kwa ena ine ndekha ndingakhale osayenerera.
— *1 Akorinto 9:27*

Chilango ndi kulamulira ndizofunikira m'moyo wachikhristu. Zathu zilakolako za thupi ziyenera kuperekedwa nthawi zonse ku chifuniro ndi cholinga cha Ambuye Mulungu. Zokopa ngati uchimo ndi kukhutitsidwa kwa thupi ndiko, kudzipereka kwa wokhulupirira ndiko cholinga cha Mulungu. Kumvetsetsa kukopa kwa uchimo kwa thupi, amene amayenda ndi Mulungu adzachita zonse zomwe angathe kuti apewe kudziika m'mikhalidwe imene ingawaikemo njira ya mayesero.

Chosangalatsa kwa Maso

(6) ndi kuti chinali chokondweretsa m'maso – Genesis 3:6

Sikuti zipatso za mtengowo zinali zabwino kudya, komanso zinali zabwino komanso "zokondweretsa maso." Pamene lingaliro apa ndilokuti chipatso chinali chokongola ndi chokondweretsa kuchiwona, ife sitiyenera chepetsani ku tanthauzo ili. Liwu lakuti "kukondwera" mu Chihebri chinenero chingatanthauzenso kukhumbira, kulakalaka ndi umbombo. Mwa kuyankhula kwina, zimadzuka mkati mwa munthu a chikhumbo chaumbombo chofuna kukhala ndi chilichonse chimene angachikope.

Mkati mwa aliyense wa ife muli chiyeso chodzipereka kwa zilakolako za thupi lathu. Palinso chilakolako chofuna kukhala ndi chilichonse zimakopa maso athu. Timawona chinachake ndikuchifuna tikuzifuna kapena ayi. Taganizirani zimene mtumwi Paulo ananena Timoteo mu 1 Timoteo 6:

(6) Koma chipembedzo pamodzi ndi kukhutira ndi phindu lalikulu, (7) pakuti sitinatenga kanthu polowa m'dziko lapansi, ndipo sitingathe kutengapo chirichonse kunja kwa dziko. (8) Koma ngati tili ndi chakudya ndi zobvala, izi tidzakhutira nazo. (9) Koma amene chikhumbo chakulemera chigwa m'chiyesero, mumsampha zilakolako zambiri zopanda pake ndi zovulaza zimene zimagwetsa anthu mu chiwonongeko ndi chiwonongeko. (10) Pakuti kukonda ndalama ndi a muzu wa zoipa zonse. Ndi chifukwa cholakalaka ichi ena asochera pacikhulupiriro, nalasa okha ndi zowawa zambiri. — 1 Timoteyo 6:6-10

Chikhumbo chofuna chuma chambiri chatsogolera ambiri ku msampha wa "zilakolako zopusa ndi zovulaza" zimene anawagwetsera m'chiwonongeko ndi chiwonongeko. Dziko lino ndi zonse katundu wake akhoza msanga kukhala mulungu wathu. Chikondi cha ndalama ndi zinthu zapadziko lapansi zapangitsa anthu ambiri kusochera chikhulupiriro chawo. Kulakalaka chuma ndi zinthu zopanda umulungu chuma chabweretsa "zoipa zamtundu uliwonse" (1 Timoteo 6:10). Basi monga zilakolako zathu za thupi ziyenera kugonja kwa Mulungu; momwemonso ziyenera kukondweretsa maso athu. Mu chikhumbo choipa chimene chiwakomera maso ambiri asokera Mulungu. Chikhumbo chosakhutitsidwa chofuna zambiri chawasiya ataledzera ndi umbombo ndi kaduka. Zaononga zopatsidwa ndi Mulungu chuma ndi kutembenuza maganizo awo kwa Mulungu ndi Cholinga chake pa moyo wawo.

Paulo anakumbutsa Timoteyo kuti kukhala wokhutila n'kofunika kwambili phindu mu moyo wachikhristu. Chilakolako cha maso chimadzaza moyo wathu ndi zowunjikana ndi kusokoneza maganizo athu pa zinthu zofunika. Ndikofunikira chotani nanga kwa ife monga okhulupirira kuzindikira izi mayesero. Onse maso ambiri asokonezedwa ndi chonyezimira cha dziko lino. Zida zazikulu zapatutsidwa kuchokera ku cholinga cha Mulungu. Monga momwe mtumwi Paulo analembera Timoteo kuti:

Ndi chifukwa cha chilakolako chimenechi ena asochera ndi chikhulupiriro, nadzipyoza ndi zowawa zambiri. -1 Timoteyo 6:10

Amafuna Kupangitsa Munthu

Kukhala Wanzeru Ndipo mtengo uyenera kukhumbidwa kuti ukhale wanzeru – Genesis 3:6

Onani potsiriza kuti mtengowo unakhumbidwa kuti upangitse munthu kukhala wanzeru. Nzeru za m'Malemba zimaonedwa kuti n'zabwino kwambiri.

(10) Tengani malangizo anga m'malo mwa siliva, ndi kudziwa Kuposa golidi wosankhika, (11) pakuti nzeru imaposa miyala yamtengo wapatali, ndipo chilichonse chimene ungafune sichingafanane nacho iye. — Miyambo 8:10-11

Lemba la Miyambo 8:11 limati: "Nzeru iposa miyala yamtengo wapatali." ndipo palibe chimene tingakhumbe chingafanane ndi icho. Pamene a Nzeru za Mulungu ndi chinthu chomwe tiyenera kuyesetsa nthawi zonse nzeru zimene mtengo umenewu unkapereka sizinali nzeru za Mulungu. Lemba limanenanso za nzeru za dziko lapansi:

(20) Ali kuti wanzeru? Ali kuti mlembi? Ali kuti wotsutsana wa nthawi ino? Kodi Mulungu sanapange kupusa nzeru za dziko lapansi? — 1 Akorinto 1:20

Malinga ndi kunena kwa Paulo, nzeru ya dziko ili yopusa kwa Mulungu. Taganizirani luso limene linamanga Nsanja ya Babele buku la Genesis. Mwamphindi, komabe, izi zazikulu Zolinga zidawonongeka pamene Mulungu adasokoneza iwo chinenero.

Taganiziraninso nzeru za munthu wolemera, m'fanizo la Yesu, yemwe adaganiza zomanga nkhokwe zazikulu kuti asunge chuma chake:

(16) Ndipo anawauza fanizo, kuti, Dziko la a Munthu wolemera anabereka zochuluka, (17) ndipo anaganiza kutero lye anati, 'Ndidzachita chiyani, popeza ndilibe

posungira zinthu zanga? mbewu?' (18) Ndipo anati, Ndidzachita izi: Ndidzagwetsa zanga nkhokwe ndi kumanga zazikulu, ndipo pamenepo ndidzasungiramo zanga zonse tirigu ndi katundu wanga. (19) Ndipo ndidzauza moyo wanga kuti, Moyo, muli nazo zambiri zosungika zaka zambiri; pumulani, idyani, Imwani, sangalalani.'" (20) Koma Mulungu anamuuza kuti: 'Wopusa iwe! Izi usiku moyo wako ufunidwa kwa iwe, ndi zinthu uli nazo okonzeka adzakhala yani? —
Luka 12:16-20

Ngakhale kuti munthu ameneyu anali wanzeru, nzeru zake zinatheratu Mulungu anafuna moyo wake. Taganiziraninso mawu a Solomomu Miyambo 3:

(5) Khulupirira Yehova ndi mtima wako wonse, osatsamira pa luntha lako. (6) M'njira zako zonse umlemekeze, ndipo adzawongola mayendedwe ako. (7) Usakhale wanzeru pamaso pako; opani Yehova, ndipo pewa zoipa. — Miyambo 3:5-7

Solomo akutiuza kuti tisadalire luntha lathu kapena kukhala anzeru m'maso mwathu. M'malo mwake, tiyenera kuvomereza ndi opani Yehova.

Nzeru zimene mtengo unapereka kwa Hava zinali nzeru za dziko. Nzeru zimenezi zinachititsa kuti anthu aziganiza bwino ndiponso kuti azichita zinthu mwanzeru. Iwo anasintha maganizo ake pa Mulungu ndi cholinga Chake n'kuyamba kuganizira zake kumvetsa. Zinamulimbikitsa kuti azimulamulira tsogolo ndi kulimbikitsa kudziyimira pawokha kwa Mulungu.

Amene amadziperekwa kwa mulungu wa nzeru zaumunthu malo chidaliro chawo m'zipambano zaumunthu ndi chidziwitso. Mayesero amenewa ndi enieninso kwa okhulupirira. Ine ndatero anakumana ndi atumiki achikristu ambiri amene amakhulupirira zokumana nazo ndi maphunziro awo. Ndakhala ndikuchita nawo masemina amene analangiza anthu mmene angamangire mpingo molingana ku mfundo zamalonda zadziko. Ngakhale zinachitikira zathu ndi maphunziro ndi ofunika, iwo sangalowe m'malo mwa Mzimu wa Mulungu, pemphero, ndi mfundo za m'Malemba zosatha.

Nzeru za dziko lapansi si nzeru za Mulungu. Ngati ndiyang'ana kwa ine ndi nzeru zanga kupititsa patsogolo ufumu wa Mulungu, ndidzakhumudwitsidwa. Mvetserani mawu a Yesu mu Yohane 15:

(5) Ine ndine mpesa; inu ndinu nthambi. Amene akhala mwa Ine, ndi Ine mwa Iye, Iyeyu ndiye amene abala chipatso chambiri padera mwa Ine simungathe kuchita kanthu. — Yohane 15:5

Yehova Mulungu safuna anthu anzeru m'mitima mwawo maso okha koma kwa amene adzatsamira pa chiongoko Chake ndi nzeru. Iye akufunafuna atumiki amene angapange Mawu Ake Zabwino, Zosangalatsa komanso Zofunika Mtsogoleri wawo m'zinthu zonse. Amalira amuna ndi akazi amene amamvetsetsa kufunikira kwawo kwa Mzimu Wake kuwapatsa mphamvu ndi wongolera sitepe iliyonse ya njirayo. Satana amawopa iwo odzazidwa ndi Mzimu ndi kumvera Mawu a Mulungu. Amabwerera mmbuyo kuchokera kwa amene amadzikayikira nzeru zawo ndi kuzindikira ndi kufuna kuzindikira chifuniro cha iwo okha Atate wakumwamba.

Anapereka Zina kwa Mwamuna

Wake anatenga zipatso zake, nadya, napatsanso mwamuna wake amene anali naye, ndipo anadya. — Genesis 3:6

Pali tsatanetsatane winanso womwe tikuyenera kuwona m'ndime iyi. Onani mu vesi 6 kuti Hava anagonja pa chiyesocho wa Satana. Anadya za mtengowo n'kupatsa mwamuna wake enanso. Nayenso anadya chipatsocho n'kuima naye limodzi kusamvera.

Chofunika kwambiri pa vesi 6 ndi mawu akuti "mwamuna wake amene anali naye." Ngakhale tingathe kumasulira mawuwa kuti amatanthauza kuti Adamu anali ndi Hava m'mundamo, ena anamasulira izo kutanthauza kuti Adamu anali naye kutsogolo kwa mtengo pamene iye anayesedwa.

Ngati n'conco, Adamu anaona zimene zinali kucitika koma anaziona palibe chimene chingalepheretse Hava kudya chipatso choletsedwacho. Ndi iye pokana kumuletsa, Adamu anakhalanso wolakwa mofanana. Izi imachotsanso kukayikira kulikonse kumene Hava ananyenga Adamu kudya chipatsocho posamuuza kumene anachitenga. Ngati Adamu analipo ndi Hava pamene anayesedwa ndi kudya chipatso chimene anampatsa iye, iye anachita mwadala kusamvera lamulo la Mulungu. Pamene Hava ayenera kuti anathyola chipatso ndi Adamudya choyamba, ndipo mofunitsitsa anagwirizana naye mu uchimo wake. Paulo akhoza tsimikizirani mfundo imeneyi pamene analemba zotsatirazi mu 1 Timoteo 2:14:

(14) ndipo Adamu sananyengedwe, koma mkazi ndi amene ananyengedwa wanyengedwa, nakhala wolakwa. — 1 Timoteyo 2:14

Genesis 3:6 amatiphunzitsa kuti Hava anagwidwa ndi zilakolako za thupi thupi, maso ndi maganizo. Kukopa kwa mtengo wa chidziwitso cha chabwino ndi choipa chinali champhamvu kotero kuti iye adagwa ku mayesero ake. Adamu mofunitsitsa anagwirizana naye m'chimenechi kupanduka. Satana akupitirizabe kugwiritsa ntchito njira zimenezi m'masiku athu ano. Mulungu atipatse chisomo kuti tikane mwina ifenso kugwera mumsampha wa zoyesayesa zake.

Za Pemphero:

Atate Mulungu, Genesis 3:6 akutiwonetsa kuti mdani wathu wamkulu Nthaŵi zonse Satana amafuna kutiyesa ndi kutisokoneza. Thandizeni ife, Ambuye, kulamulira zilakolako za thupi lathu. Zikomo inu kuti mwatipatsa zinthu zambiri zoti tisangalale nazo. Phunzitsani ife, komabe, kuti tisangalale ndi zinthu izi monga mwa Inu cholinga. Tithandizeni m'dziko limene ladzala ndi zinthu zakuthupi kuti asakusiyeni Inu. Mulole zinthu za mdziko lino zisachitike tengani malo Anu m'miyoyo yathu. Musalole kuti atisokoneze ubale wathu ndi Inu. Tiphunzitseni ifenso, Ambuye, kuti tisadalire kwambiri pa nzeru za anthu moti timakhala osafuna kudzipereka ku chidziwitso chachikulu cha Mulungu. Tipatseni ife chisomo chodalira Inu kuposa kulingalira kwathu komwe. Tilole ife dalira mphamvu zanu osati zathu. Mutikhululukire ife pokhala kusokonezedwa ndi chipatso cha mtengo wakudziwitsa zabwino ndi zoipa.

Mutu 6- Masamba A Mkuyu

Pamenepo maso awo a onse awiri adatsegulidwa, ndipo adadziwa kuti anali maliseche. Ndipo adasoka masamba a mkuyu pamodzi nadzipangira okha zobvala. — Genesis 3:7

M'mutu wapitawu, tinaona mmene Adamu ndi Hava anagwera m'gulu la Yehova tchimo la kudya chipatso cha mtengo woletsedwa. Zotsatira za kudya chipatso chimenecho nthawi yomweyo. Ndime 7 ikuyamba ndi kunena ife kuti maso awo anatsegulidwa.

7 Pamenepo maso a onse awiri anatsegulidwa, Genesis 3:7

"Maso" amene akunenedwa pano si maso akuthupi, koma ndi maso maso a maganizo ndi mtima wawo. Monga momwe Satana anawauzira, iwo anayamba kumvetsa kusiyana kwa chabwino ndi choipa. Kwa nthawi yoyamba, anakumana ndi kupanduka ndi uchimo. Ife tangolingalirani mmene zimenezi zinawakhudzira. Mpaka pano, anali atakhala opanda chidziwitso chilichonse cha zoipa. Kugwirizana ndipo mtendere unacita ufumu kulikonse kumene anali kupita. Tchimo lidapangitsa mdima mtambo pamalingaliro ndi mitima yawo, ndipo adakumana nazo kulakwa ndi kulekanitsidwa ndi Mulungu.

Onani mu vesi 7 kuti maso a "onse" Adamu ndi Hava anali anatsegula. Tiyerekeze kuti muli ndi anzanu ngati muli mwana. Mmodzi wa mabwenzi amenewa analowa m'sitolo n'kuba maswiti. Akatuluka, amakugawirani katundu wake. Ndipo pamodzi mumakhala pansi kuti musangalale ndi chakudya chokoma. Monga inu Chipatso Choletsedwa idyani, mwini sitolo amakugwirani inu ndi anzanu zinthu zakuba.

Kodi mumayankha bwanji kwa wogulitsa sitolo? Kodi mungamuuze? Kuti mulibe mlandu chifukwa simunabe maswiti? Kodi mungaimbe mlandu mnzako ndikulengeza? Wekha kukhala wosalakwa? Zoti munadya maswiti inu kudziwa kuti kubedwa kumakupangisa kuti ukhale wolakwa. Simukuyenera kukhala amene anatenga maswiti pa alumali kukhala mu cholakwika. Mumadziimba mlandu posangalala ndi zomwe mwapeza za tchimo.

Mofananamo, Adamu sakanatha kudzinenera kukhala wosalakwa chifukwa chakuti iye anatero osati kuthyola chipatso pa mtengo. Iye, nayenso, anali wolakwa chifukwa iye anadya chipatso choletsedwacho. Adamu anagwirizana ndi Hava mu uchimo wake nthawi yomweyo analawa chimene Mulungu anawawuza kuti asadye. Iye adagawana chimodzimodzi zotsatira za tchimo limenelo. Maso ake analinso anatsegula, ndipo anaona tchimo ndi manyazi a mkazi wake.

Vesi 7 limatiuza kuti pamene maso awo anatsegulidwa, Adamu ndipo Eva anadziwa kuti iwo anali amaliseche.

ndipo adadziwa kuti adali maliseche. —Genesis 3:7

Adamu ndi Hava anali amaliseche nthawi yonseyi, koma analibe analingaliranso kachiwiri. Panalibe manyazi mu izi iwo. Koma atatha kudya chipatso cha mtengo woletsedwawo. zinthu zinasintha. Umaliseche umenewu unayamba kuonekera momvetsa chisoni kwa iwo. Anachita manyazi kwa nthawi yoyamba. Iwo anavutika kwambiri kubisa umaliseche wawo kuchokera kwa wina ndi mzake.

Kodi n'chiyani chinachititsa kuti adziphimba okha? Pamene ife timatero osadziwa zomwe zinali m'maganizo mwawo panthawiyo, Lemba la Genesis 3:5-6 limatipatsa malangizo. Pamene Satana anayesa Eva mu ndime izi, iye anachita zimenezi pa milingo itatu. Choyamba, iye anakopa thupi lake posonyeza kuti chipatsocho chinali chabwino kwa chakudya. Chachiwiri, anamukopa m'maso mwa kumusonyeza chipatsocho chinali chokongola bwanji. Pomalizira pake, anam'fika pamtima pomukumbutsa kuti zingamupangitse kukhala wanzeru.

Pamene Adamu ndi Hava anapandukira Mulungu, iwo anamva chisoni kukhudza gawo lililonse la moyo wawo. Pambuyo kudya kuchokera mumtengo woletsedwawo, adayamba kukumana ndi ochimwa zilakolako za thupi zokhutiritsa. Maso awo anayamba kulira kusilira ndi kusilira. Maganizo oipa ndi zilakolako zinadzaza m'maganizo mwawo. Iwo zinali ngati funde lalikulu la uchimo likuwagwera pa iwo; kusintha chirichonse. Adayankha ndikubisa zawo matupi mwamanyazi ndi mantha.

Adamu ndi Hava sanaonanenso m'njira yofanana. Chidziwitso chawo ndi chidziwitso chawo cha uchimo tsopano chinawasintha ubale. Malingaliro awo anali osiyana, ndi awo kuyankhidwa kwa wina ndi mzake kunasintha. Malingaliro awo a wina ndi mnzake anali wachilendo kwa iwo. Ichi chinali chatsopano zokumana nazo ndipo zidakhudza kwambiri ubale wawo wina ndi mzake ndi momwe adadziwonera okha.

Yankho la Adamu ndi Hava ku chenicheni chatsopanochi chinali ku soka masamba a mkuyu kuti adzifundire okha. Masamba awa ayenera kuti anasankhidwa chifukwa cha kukula kwake. Iwo akhoza kukhala nawo anali m'gulu lalikulu masamba a munda oyenera chiuno.

Tangoganizirani mmene Adamu akanakhalira ndi Hava kuvala zobvala izi kwa nthawi yoyamba. Izi masamba anali chiwonetsero chowonekera cha zomwe zidatenga kuika m'mitima ndi m'maganizo mwawo. Ubale wawo ndi aliyense zina sizikanakhalanso chimodzimodzi. Anavala tsopano a chizindikiro cha manyazi awo, kumverera wokakamizika kubisala kwa aliyense zina.

Pamene masamba a mkuyu awa anaphimba manyazi awo, anali a chophimba chosauka. Masamba sanathe kuthetsa vutoli za tchimo. Munjira zambiri, masamba a mkuyu awa akuyimira chilichonse kuyesetsa kwa munthu kuthana ndi uchimo ndi zoyipa. Palibe chimene tingachite chotsani manyazi. Ntchito zathu zachipembedzo, ntchito zabwino, ndipo miyambo si kanthu koma masamba a mkuyu. Pali njira imodzi yokha yothetsera banga la uchimo. Yankho limenelo lapezeka mu chikhululukiro choperekedwa ndi Yesu Khristu pamene Iye anatenga chathu chilango ndi Iye pamtanda.

Kuyambira nthawi ya Adamu ndi Hava, takhala tikuvutika tchimo ndi kulakwa. Tinatengera kusweka uku kuchokera koyamba makolo. Zilakolako zoipa za thupi lathu, zilakolako za thupi lathu maso ndi maganizo opanduka ndi maganizo athu akadali mwamphamvu mwa aliyense wa ife.

Ubale wathu wavutika chifukwa cha uchimo maganizo ndi maganizo. Mkwiyo, mkwiyo, nsanje ndi kunyada kumaumba zochita zathu ndi wina ndi mnzake. Timamanga makoma kudziteteza kuti tisavulale. Timabisa maganizo athu enieni ndi maganizo a wina ndi mzake. Timakhala osafuna kutero titsegulirena tokha chifukwa timaopa zochita za anthu.

Tafika poona kuti zimenezi n'zachibadwa, koma sitinatero adazindikira momwe zimakhalira kukhala wopanda uchimo ndi manyazi miyoyo yathu. Kunyada ndi nsanje zathu zakhala gwero la nkhondo, umbanda ndi zopweteka zamitundumitundu. Mukulephera kwathu kupeza kuvomereza ndi chikondi, tadzipereka ku zizolowezi ndi chiwerewere.

Sitingapeputse zomwe zidachitika m'mundamo Adamu ndi Hava atachimwa. Manyazi iwo chodziwika mu umaliseche wawo chinali chiwonetsero cha zomwe zidasintha tsiku limenelo. Mofanana ndi matenda oopsa, uchimo unakula kwambiri mitima yawo ndi maganizo awo ndipo anawononga ogwirizana ubwenzi umene anali nawo kale.

Za Pemphero:

Atate Mulungu, tikuvomereza kuti tinatengera chikhalidwe cha uchimo makolo athu oyamba. Chikhalidwe chimenecho chikuwonekera mwa aliyense wa ife. Mu makamaka, zimaonekera mu ubale wathu wina ndi mzake. Pamene tiyang'ana mozungulira ife m'dziko lino, tikuwona kusweka ndi manyazi. Tanena zinthu kwa anthu zomwe sitiyenera anena. Tachita zinthu zomwe tikuchita nazo manyazi lero. Tikhululukireni ife. Timazindikira kuti ntchito zathu zachipembedzo ndi ntchito zabwino sizingachotse manyazi omwe timamva. Zikomo kuti Inu munatumiza Mwana Wanu, Ambuye Yesu, kuti adzafe kotero kuti chilango ndi kulakwa kwa uchimo wathu sizikanangophimbidwa koma kuchotsedwa kwathunthu. Ife amene tikudziwa chikhululukirochi tikhale zida za machiritso m'dziko losweka lino. Tiphunzitseni kukhala ndi moyo chigonjetso pa tchimo ndi manyazi. Mulole moyo wathu ndi maubale amawonetsa cholinga Chanu kwa ife ngati Inu anthu.

Mutu 7- Kubisala Kwa Mulungu

Ndipo anamva mawu a Yehova Mulungu alinkuyendayenda Munda wausana (m'nyengo yozizira) ndi munthu ndi wake mkazi anabisala pamaso pa Yehova Mulungu pakati pa mitengo ya m'mundamo. 9 Koma Yehova Mulungu anaitana munthuyo nati kwa iye, Uli kuti? 10 Ndipo anati, Ndinamva phokoso lako m'munda, ndipo ine ndinachita mantha chifukwa ndinali wamaliseche, ndipo ndinabisala. – Genesis 3:8-10

Pambuyo pa kusamvera kwawo, tsiku linafika pamene Adamu ndi Hava anamva mawu a Yehova Mulungu akuyenda m'mundamo.

Ndipo anamva mawu a Yehova Mulungu alinkuyendayenda m'mundamo kunja kwazizira—Genesis 3:8

Ngati pali chinthu chimodzi chomwe timamvetsetsa ponena za Mulungu, ndikuti Iye amadziwa zinthu zonse. Iye ankadziwa kuti Adamu ndi Hava anali nawo adamunyoza ndi kudya zipatso za mtengo woletsedwawo. Zindikirani, koma kuti Mulungu anaonekera kwa iwo m'mundamo ngakhale atagwa mu uchimo. Palibe umboni m'ndimeyi kuti Adamu ndi Hava anawona Mulungu monga Iye alibe thupi monga momwe timachitira. Koma iwo anamva phokosolo wa Mulungu m'mundamo. Pamene anamva phokosolo, iwo ankachisiyanitsa ndi mawu ena onse.

Taonani zimene zikuchitika pano. Adamu ndi Hava anali nawo sanamvere Mulungu ndipo tsopano anali kukhala mu uchimo. Osatengera izi, Mulungu akuyambabe kuchitapo kanthu kuti alankhule nawo. Amalowa munda umene ankakhala. Adamu ndi Hava, ngakhale iwo anali tchimo, anazindikirabe mawu a

Mulungu ndipo ankatha kutero kulankhula ndi lye. Tchimo silinaswe mizere yonse ya kulankhulana. Ndiponso sichidatsekereza Mulungu kuyandikira iwo.

Taonani kuyankha kwa Adamu ndi Hava pakukhalapo kwa Mulungu mu ndime 8:

ndipo mwamuna ndi mkazi wake anabisala pamaso pa Yehova pamaso pa Yehova Mulungu pakati pa mitengo ya m'nkhalango munda. — Genesis 3:8

Adamu ndi Hava anakakamizika kubisala pamaso pa Mulungu. Ngakhale kuti Mulungu ali paliponse, pali nthawi pamene akudziwikitsa kukhalapo Kwake m'njira zapadera. Pamene vumbulutso la kukhalapo kwa Mulungu linali mu nthawi zakale a chinthu chodalitsika kwa iwo, pa nthawi iyi, kwa nthawi yoyamba, adachita mantha. M'malo mokumbatira za Mulungu pamaso pake, Adamu ndi Hava anathawa nabisala pakati pawo mitengo ya m'mundamo.

Kubisala kumeneku kunali kopanda phindu, chifukwa Mulungu ankadziwa kumene iwo anali anali. Sitingathe kubisala kwa Mulungu. Wamasalimo anamvetsa izi pamene analemba:

(7) Ndidzapita kuti kuchokera ku Mzimu wanu? Kapena ndithawire kuti pamaso panu? (8) Ngati ndikwera kumwamba, ndinu Apo! Ngati ndiyala bedi langa kumanda, muli komweko; (9) Ngati ine tenga mapiko a m'bandakucha, nukhale ku malekezero mbali za nyanja, (10) ngakhale kumeneko dzanja lanu lidzanditsogolera. ndipo dzanja lanu lamanja lidzandigwira. (11) Ndikanena kuti, "Ndithudi mdima udzandiphimba, ndi kuunika kondizinga kudzakhala usiku; (12) Ngakhale mdima suli mdima kwa inu; usiku ndi kuwala ngati usana, chifukwa mdima uli ngati kuwala ndi inu. — Salmo 139:7-12.

Ngakhale kuti Adamu ndi Hava ankadziwa kuti sakanatha kubisala kwa Mulungu. Iwo anali adakali ndi chikakamizocho mu mtima mwawo. Zili choncho mwachionekere kuti anabisala, osati chifukwa chakuti sanafune Mulungu kuti awaone, koma makamaka chifukwa iwo, iwo eni, sanatero akufuna kuwona Mulungu mu chikhalidwe chawo. Iwo anakumana nazo manyazi ndi mantha pamaso pake. Iwo sanali okonzeka kutero adzayang'anizane naye mu uchimo ndi kupanduka kwawo. Iwo ankadziwa kuti anali nawo anamukwiyitsa Iye. Pobisalira Mulungu, amaulula kuti iwo anamvetsa ndi kumva kulakwa kwawo ndi manyazi.

Taonani momwe Mulungu atchulira mu vesi 9:

Koma Yehova Mulungu anaitana munthuyo nati kwa iye, "Muli kuti?"

Mulungu akuitana Adamu yekha. Pakhoza kukhala zofunikira Mulungu sakuitana Eva panthawiyi. Mulungu ali ndi ntchito yoti achite ndi apa. Amamutcha Adamu ngati mutu ndi woimira mtundu wa anthu ndi gulu lake laling'ono la banja. Mulungu ankadziwa za zomwe Adamu ndi Hava adachita ndipo adabwera kudzakambirana nkhani iyi.

Pofuula kuti, "Muli kuti?" Mulungu safunsa kwambiri funso pamene akumuyitana Adamu kuti ayime pamaso pake. Iye anali woyankha mlandu kwa Mulungu monga mutu wa banja lake. Iye tsopano kuti ayankhe Mulungu pa zomwe zidachitika pansi pake penyani. Adamu anayima pamaso pa Mulungu monga woweruza Wake.

Taonani mmene Adamu anayankhira mawu akuti, "Uli kuti?" mu ndime 10:

Iye anati: "Ndinamva mawu anu m'mundamo. ndipo ndinachita mantha chifukwa ndinali wamaliseche, ndipo ndinabisala. — Genesis 3:10

Adamu anafotokoza kuti anachita mantha atamva mawuwo phokoso la Mulungu m'mundamo. Kuvomera uku kunali a kuvomereza machimo. Mantha amene Adamu analankhula apa anali osadziwika asanachimwe. Ndi mantha amene wochimwa amakumana nawo kuyimirira pamaso pa Mulungu woyera. Kukhalapo kwa Mulungu uku alimbana ndi zoipa monga kuunika kukomana ndi mdima. Chiyero changwiro sadzasenza uchimo. Kusamvera kwa Adamu ndi Hava anawalekanitsa iwo ku chiyanjano ndi Mulungu ndikuyika a chotchinga chakuya pakati pawo.

Adamu akupitiriza mu vesi 10 kufotokoza chifukwa cha mantha ake – "Ndinachita mantha chifukwa ndinali wamaliseche." Kusalakwa kwa Adamu anali atatayika. Anachita manyazi ndi yemwe adakhala ndipo adawopa kufotokoza izi kwa Mulungu amene adampanga wangwiro m'njira zonse.

Adamu ankadziwa kuti sangabisire Mulungu tchimo lake. Iye anamva wamaliseche ndi wowonekera pamaso pa Mulungu, amene adawona mpaka pakati pake. Sikunali umaliseche wake wakuthupi wokha umene Adamu ankawopa poyera. Moyo ndi mzimu wa Adamu zinali zamaliseche ndipo kuwululidwa kwa Mulungu woyera ndi wopenya zonse. Izi zinamupangitsa iye manyazi aakulu ndi mantha.

Sitingayerekeze kupeputsa kukumana kwa angwiro chiyero ndi zolengedwa zochimwa. Diso lolowa zonse la Mulungu amaona zimene sitingathe kuziona. Zimavumbula zomwe timachita sitidziwa nkomwe kuti tiri nawo mwa ife. Chiyero changwiro chidzatero osanyengerera ndi tchimo. Chilungamo chenicheni chidzakhalapo nthawi zonse langa. Chilango cha uchimo wamtundu uliwonse chinali imfa.

(16) Ndipo Yehova Mulungu analamulira munthuyo, kuti, "Ndithu, mtengo uliwonse wa m'mundamu mungadye, (17)

koma mtengo wakudziwitsa zabwino ndi zoipa usadye udye, pakuti tsiku lomwe udzadya umenewo udzafa ndithu. – Genesis 2:16-17

Imfa imene ikunenedwa pano si imfa yakuthupi chabe komanso kulekanitsidwa kwauzimu ndi kwamuyaya ndi Mulungu. Chiganizo ichi zidzachitika nthawi zonse. Palibe kupatula ku lamuloli. Mulungu wangwiro ndi woyera sadzalola kuti uchimo ulowe mwa mtundu uliwonse Kukhalapo kwake. Monga woimira anthu, Adamu anaima pamaso pa Mulungu tsiku limenelo, kuvomereza mlandu umenewo adzamuweruza iye ndi mbadwa zake zonse kumuyaya kulekana ndi Mulungu ndi madalitso Ake.

Anthu ambiri, monga Adamu ndi Hava, amafuna kubisala Mulungu. Ambiri aife sitingavomereze kwa ife tokha kuti ife adachimwa. Zinali zowawa ngati kuyimirira pamaso pa Mulungu tsiku, inali njira yokhayo ya chikhululukiro ndi chigonjetso. Muma kumva kuyitana kwa Mulungu. "muli kuti?" lero? Tchimo m'moyo wanu Wakuikirani malire pakati panu ndi Mlengi wanu. Ngati inu imvani kuitana kumeneko lero, kodi mungatuluke kumbuyo kwa zitsamba ndi kuyimirira pamaso pa kukhalapo kwake koyera kuti ndivomereze zanu tchimo? Kuvomereza machimo athu ndi kuulula kwa Mulungu ndiko sitepe yoyamba yakupambana.

Za Pemphero:

Atate Mulungu, tikukuthokozani kuti ndinu woyera ndi kudziwa Mulungu. Kudziwa zenizeni izi, komabe, kuchititsa mantha m'mitima mwathu. Tikudziwa kuti palibe wochimwa angatero lowetsani pamaso Panu. Timamvetsetsa onse omwe ali ndi banga. Za uchimo m'manja mwawo zidzathamangitsidwa kwamuyaya kukhalapo. Atate, tithandizeni kumvetsa mfundo imeneyi kwambiri mozama. Ambuye Mulungu, ngakhale kuti tachimwa, tikukuthokozani kuti mudatenga kuti alankhule nafe.

Ife tikukuthokozani inu, Ambuye Yesu, izo mudatenga chilango chathu. Munalipira mtengo wa machimo athu mwa Inu imfa pa mtanda. Imfa yako yokha ingayeretse banga za tchimo. Imfa yanu yokha imakwaniritsa zofunikira zalamulo lamulo ndipo limatikhululukira. Zikomo chifukwa cha zomwe mudachita Mtanda wa Kalvare umalipira osati kokha machimo athu akale komanso machimo onse. Chiyero chanu chinafuna imfa, koma chikondi chanu chinatumiza Yesu Khristu kufa m'malo mwanga kuti osati zofuna za chilungamo chinakwaniritsidwa, koma chiyanjano chikhoza kubwezeretsedwanso.

Ndikumbutseni tsiku ndi tsiku, O Atate, kuti ndi chifukwa cha zomwe Yesu adachita zimenezo ndakhululukidwa ndikubwezeretsedwa ku ubale wabwino ndi inu. Ndikumbutseni zotsatira za uchimo popanda Ambuye Yesu ndi ntchito yake pa mtanda wa Kalvare. Ndipatseni kulimba mtima kuima pamaso panu monga adachitira Adamu kuvomereza zanga tchimo kuti ndikhululukidwe ndi kubwezeretsedwa ku chiyanjano Inu.

Mutu 8 - Kodi Wolakwa Ndani?

11 Ndipo anati, Ndani anakuuza iwe kuti uli wamariseche? Kodi wadya za mtengo umene ndinakulamulira iwe kuti usadyeko? 12 Munthuyo anati, Mkazi amene munandipatsa ine kuti akhale ndi ine, ameneyo anandipatsa ine chipatso cha mtengowo, ndipo ine ndinadya. 13 Ndipo Yehova Mulungu anati kwa mkaziyo, Ichi nchiyani chimene wachita? Mkazi anati, "Njoka inandinyenga, ndipo ndinadya." Genesis 3:11-13

Pa Genesis 3:8-10, tikambirana mmene Adamu ndi Hava anabisalira pamene adamva kupezeka kwa Mulungu m'mundamo. Adamu anauza Mulungu kuti anachita zimenezi chifukwa cha mantha chifukwa anali wamaliseche. Taonani kuyankha kwa Mulungu pa chivomerezo cha Adamu:

11 Iye anati: "Ndani anakuuza kuti uli wamaliseche? - Genesis 3:11

Mulungu amalankhula za umaliseche wa Adamu apa. Funso lake za amene adauza Adamu kuti anali maliseche zimatipangitsa kumvetsetsa kuti uyu sanali Mulungu amene anamuululira izi. Pamaso pa Adamu ndi Hava sanazindikire kuti uchimo unalowa m'mundamo maliseche awo. Iwo ankakhala mu mkhalidwe wa chisangalalo chosalakwa ndi mgwirizano. Iwo sankadziwa manyazi.

Panali zinthu zina zimene Mulungu sanafune kuti Adamu achite kumvetsa kapena kudziwa. Ife tikukhala mu m'badwo umene umalemekeza chidziwitso. Timakonda kukhala ndi madigiri kuseri kwa dzina lathu kusonyeza kuti tasonkhanitsa chidziwitso ndi kumvetsa. Timalemekeza anthu odziwa komanso lemekezani maganizo awo. Ngakhale izi zili momwe ziyenera kukhalira, tiyenera kutero zindikirani kuti si nzeru zonse zomwe zili zabwino kwa ife, ngakhalenso si zabwino zothandiza.

Pano mu Genesis 3, tikuona mmene Adamu ndi Hava anadzera kudziwa za uchimo ndi zoipa. Satana anawauza kuti maganizo awo adzatsegulidwa pamene adadya za mtengo wa m'nyanja kudziwa zabwino ndi zoipa. Izi zinachitikadi, koma kutsegula maganizo awo ku uchimo ndi zoipa sichinali chinthu chabwino.

Makampani opanga mafilimu amaika mafilimu m'magulu azaka. Iwo chitani izi chifukwa pali zochitika mkati mwa makanema awa sizoyenera kwa achinyamata. Mwa kuyankhula kwina, apo ndi zinthu zina zomwe ana athu sayenera kuzidziwa kapena kuzichitira umboni. Anthu athu akudziwa kuti kudziwitsa ana athu izi zowoneka zingakhale zochulukira kwa iwo ndipo zingangoyambitsa maloto oipa, nkhawa ndi chisokonezo.

Zomwe zili zoona kwa ana athu ndizowonanso kwa ife akuluakulu. Tikudziwa kuti kudya zakudya zopatsa thanzi sikuli bwino kwa ife matupi. Tiyeneranso kukhala ozindikira pa zomwe timachita malingaliro athu. Timayamikira maganizo omasuka. Koma chowonjezera Chofunika koposa maganizo omasuka ndicho kuzindikira. Chotsegula maganizo adzatenga zabwino ndi zoipa.

Anthu anzeru, komabe, adzakhala osamala pazomwe akudziwa. M'zaka zapawailesi yakanema, tikuvutitsidwa chidziwitso ndi chidziwitso. Sikuti chidziwitso chonsecho chiri zoona, komanso sizothandiza. Ndikosavuta bwanji kuti media aziwumba maganizo a aliyense wofunitsitsa kumvetsera popanda khutu lozindikira. Tinganyengedwe mosavuta kuti tikhulupirire bodza. Osati zonse zambiri ndizopindulitsa kwa ife komanso gulu lathu.

Munali m'munda wa Edeni pamene Adamu ndi Hava analandira madalitso kudziwa za uchimo ndi zoipa. Chidziwitso ichi chinali ndi a chiyambukiro chowononga pa unansi wawo ndi Mulungu, aliyense zina, ndi chilengedwe chawo. Mulungu anabisa chidziwitso ichi cha uchimo kuchokera kwa iwo chifukwa cha kuwonongeka komwe kungabweretse. The chidziwitso cha chabwino ndi choipa sichinali chimene Satana anawatsogolera iwo kukhulupirira izo zinali.

Pamene Mulungu anafunsa funso lakuti: "Anakuuzani ndani kuti ndinu? wamaliseche," Iye akutiwonetsa ife kuti sichinali cholinga Chake kuti Adamu ndi Hava anali ndi chidziwitso ichi. Iwo amene akufuna chiyanjano ndi Mulungu chiyenera kutseka malingaliro awo ku zina chidziwitso. Anthu athu angatiuze kuti izi ndi zoipa chikhalidwe, koma ife, amene timakonda Ambuye, timasankha kukhala wozindikira.

Mulungu akupitiriza ndi funso lake mu ndime 11:

Wadya kodi za mtengo umene sindinakulamulira iwe? kudya?" —Genesis 3:11

Mulungu anadziwa kuti njira yokhayo imene Adamu ndi Hava akanakhalira kuzindikira kuipa kudabwera chifukwa cha kusamvera ku lamulo Lake. Kusamvera kwawo kunawapatsa chidziwitso za tchimo, manyazi ndi mantha. Kodi munayamba mwapezapo chidziwitso mukufuna kuti muphunzire? Kodi munayamba mwakhalapo nazo zokumana nazo zomwe mungapereke chilichonse kuti mubwerere m'mbuyo komanso osakumana nazo? Chidziwitso ichi ndi zochitika nthawi zina kusintha njira yonse ya moyo wathu.

Mulungu amafuna kuti Adamu alape pomufunsa ngati anadya za mtengo wa m'mundamo. Zindikirani mmene Adamu akuyankha mu vesi 12:

Mwamunayo anati: "Mkazi amene munam'patsa kuti akhale naye Ine, anandipatsa ine chipatso cha mtengowo, ndipo ine ndinadya. – Genesis 3:12

Pali zochepa zomwe tiyenera kuziwona m'mawu awa.

Choyamba, taonani kuti Adamu anavomereza kuti anadya za m'gulu la nyama mtengo pamene anati: "Ndadya." Iye sanakane kuti iye anali osamvera Mulungu.

Pamene Adamu anavomereza kuti anadya za mtengowo, iyenso anafuna kulungamitsa zochita zake mwa kuuza Mulungu kuti mkaziyo kuti Iye anampatsa iye chipatsocho. Ena othirira ndemanga amawona mawu akuti, "mkazi amene unandipatsa ine kukhala ndi ine." Iwo amaona kuti Adamu alidi kutsutsa zina mwa Mulungu. Iwo amakhulupirira kuti Adamu anali kuuza Mulungu kuti mwina sangagwe mu uchimo ngati Iye sanamupatse mkazi ameneyu.

Adamu samangofuna kuti Mulungu avomereze mbali ya mlanduwo, koma akulozanso mkazi wake. Taganizirani mawuwa, "adatero ine chipatso cha mtengo. Mawu amenewa akusonyeza kuti Adamu anali akudziwa bwino lomwe kuti adadya chipatso choletsedwacho mtengo. Hava sananyenge Adamu kuti adye choletsedwacho zipatso. Magwero a chipatso chimene anadya sichinabisike Adamu. Iye ankadziwa chimene ankadya.

Komabe, Adamu akuwoneka kuti akuuza Mulungu kuti sanali wothyola chipatso cha mtengo. Eva anampatsa iye. Anazindikira kulakwa kwake koma ankawoneka kuti akunena kuti, "Sindinatero wothyola chipatsocho." Iye akupatutsa chidwi kutali yekha podzipanga yekha wozunzidwa. Pali chinachake mkati iye tsopano amene akufuna kuoneka bwino kuposa mkazi wake. Iye osati yekha amaimba Mulungu mlandu komanso Hava. Akutero zinthu ngati izi: Akadapanda kundipatsa chipatsochi, ndikanati sanadye. Iye ndi wokonzeka kuipitsa mbiri ya mkazi wake kuti aziwoneka bwino. Timaona zotsatira za kunyada mwa Adamu ndi kudzikonda. Yankho la Adamu siliyenera idabwe chifukwa ndi yankho lathu loyamba milandu yakulephera komanso. Ifenso, tinasonyeza umboni wa tchimo lomweli.

Atamva kudziteteza kwa Adamu, Mulungu anatembenukira kwa Hava ndi anafunsa kuti, "Ichi nchiyani chimene wachita?" (ndime 13). Onani yankho la Eva:

Mkaziyo anati: "Njoka inandinyenga ine, ndipo ine kudya." — Genesis 3:13

Hava nayenso akuvomereza kulakwa kwake m'mawu akuti, "Ndinadya," koma monga Adamu, akuuza Mulungu kuti njoka ndi imene inamunyenga. Nayenso amayesa kukhululukira tchimo lake mwa kuimba mlandu njoka. Iye ananena motere: Akadapanda kundinyenga ine sakadachidya.

Ngakhale ndizosavuta kuwona kudzudzula komwe kukuchitika pano mutu uwu, m'pofunikanso kuti tione mmene Mulungu amathetsa vuto. Pamene Adamu anauza Mulungu kuti Hava anali atamupatsa chipatsocho, Mulungu anamufunsa kuti aŵerengere mlandu wake zochita. Tionanso kuti pamene Hava anaimba mlandu njoka yakunyenga iye, Mulungu adayitananso njoka . Ngakhale zili zoona kuti munthu aliyense amafuna kuwiringula .Uchimo wawo podzudzula ena, Mulungu ndi wowasunga munthu aliyense aziyankha momwe zochita zake zidakhudzira wina. Pamene ine ndiribe udindo kwa wina kuyankha kwa wina, ndiyenera kuyankha momwe zochita zanga ndipo mawu adawakhudza kwambiri ndikuwapangitsa kutero kugwa. Talingalirani mawu a Yesu pankhaniyi:

(42) "Iye amene achititsa mmodzi wa ang'ono awa okhulupirira mwa ine kuchimwa, zingakhale bwino kwa iye ngati mphero yaikulu anamupachika m'khosi mwake ndipo anaponyedwa m'chigwa nyanja. — Marko 9:42

Mvetserani zimene mtumwi Paulo anaphunzitsa Aroma:

(13) Chifukwa chake tisaweruze wina ndi mnzake koma makamaka tsimikizani kusakhumudwitsa chotchinga kapena chotchinga m'njira ya mbale. — Aroma 14:13

Paulo analimbikitsa okhulupirira kuti asamachite cholinga chawo kukhumudwitsa mbale kapena mlongo m'chikhulupiriro chawo.

Pamene tchimo la Adamu ndi Hava likuwonekera m'mene iwo anachitira ankafuna kuimba mlandu ena chifukwa cha kusamvera kwawo zoonekeratu m'mene anagwetsa wina ndi mzake poyesa ndikuwaitanira kumachimo.

Owiringula za Adamu ndi Hava za kuchimwa kwawo zinali ayi chitetezo. Pomalizira pake, Adamu anasankha kusamvera Mulungu kaya iye anathyola chipatso pa mtengo kapena ayi. Hava anasankha kukhulupirira Satana osati lamulo lomveka bwino la Mulungu. Mawu akuti "Iye anadya" zopezeka m'zovomereza zonsezo zinali zokwanira kusindikiza a chigamulo cholakwa.

N'zosavuta kukhulupirira kuti zifukwa zathu zingatichepetse wolakwa. Mwinamwake inu munatopa ndi ntchito mopambanitsa, ndipo inu analankhula mwaukali kwa mbale kapena mlongo. Mwina munali kudutsa mu nthawi yovuta kwenikweni m'moyo, ndi kupsyinjika mavuto anu anakuchititsani kusochera. Mwina anzanga kupsyinjika kunakupangitsani kuti mupereke ku uchimo. Pali nambala iliyonse zifukwa zomwe tingabweretse kwa Ambuye. Kaya muli ndi a chifukwa kapena ayi, lero, inu mukupeza kuti mukukhala mu tchimo. Izi ndi chofunika. Ndi tchimo lomwe liyenera kuthetsedwa. Chifukwa chiyani? mudagwa mu uchimo si nkhawa yaikulu, ndi chakuti inu mumadzipeza nokha olekanitsidwa kwa Mulungu ndi kunja kwa chiyanjano ndi Iye.

Masiku ano tikukumana ndi nkhondo yauzimu. Tidzakhala kuyesedwa m'njira zambiri kuti asokere panjira ya umulungu. Satana amagwiritsa ntchito chinyengo ndi bodza poyesetsa kuchita zimenezi kutisokoneza. Adzaponya muvi wake pamene sitikuyembekezera. Timafunikira kuzindikira, nzeru ndi chitetezo cha Mulungu kuthana ndi mayesero awa. Palibe aliyense wa ife amene angadutse moyo uno wopanda zipsera. Chofunika ndi kuvomereza ndi kuvomereza kulakwa kwathu. Mulungu anaitana Adamu ndi Hava kuti apereke nsembe chifukwa cha zochita zawo. Iwo anabwera ndi zifukwa zawo, komaiwo anali akadali ochimwa. Nthawi zambiri, timadzikhululukira tokha osati kuvomereza kulakwa kwathu. Tidzawonongeka m'mitima yathu zifukwa ngati sitikufuna kuulula kulakwa kwathu.

Za Pemphero:

Ambuye Mulungu, tikuwona kuchokera m'ndime izi kuti si chidziwitso chonse ndi zabwino kwa ife. Pali chidziwitso chomwe chidzangotipweteka mkati kuyenda kwathu ndi Inu. Tipatseni ife malingaliro ozindikira kuti tidziwe chiyani ndiwothandiza komanso wangwiro. Tikhululukireni nthawi zomwe tadzaza maganizo athu ndi chidziwitso ndi maganizo opanda umulungu. Ife tikupemphera kuti mudzatithandiza kukukhulupirirani pamene sitichita mvetsetsani njira zanu. Hava anachimwa chifukwa anasankha kudziwa zoipa koposa chikhulupiriro pa cholinga Chanu. Ife vomerezani kuti nafenso tagwa mumsampha umenewu.

Timaonanso m'mavesi amenewa chiyeso chodzikhululukira tchimo. Tiphunzitseni kuti palibe zifukwa zathu zilizonse zomwe zingalungamitse zochita zathu, maganizo ndi mawu. Tipatseni chisomo kuti tivomereze ndi zindikirani cholakwa chathu popanda kukhululukira.

Tikuvomereza, Atate, kuti sitinakhale abwino nthawi zonse chitsanzo. Timazindikira kuti pakhala nthawi zina zochita zathu, mawu kapena kusachita kwathu kwapangitsa wina kugwa kapena kuvutika kosayenera. Tikhululukireni nthawi zomwe tili nazo anaika chokhumudwitsa m'mawu ndi m'zochita pamaso pa mbale kapena mlongo.

Tikukuthokozani, Ambuye, kuti ngakhale zolephera zathu zambiri ndi zofooka, Inu amatikonda ndipo mwatipatsa kudzera mwa Ambuye Yesu yankho la kuyendayenda kwathu. Ife tikulandira Anu chikhululukiro ndi kupemphera kuti Inu mutipatse ife chisomo yendani mu kumvera ndi m'chiyanjano chachimwemwe ndi Inu.

Mutu 9 - Temvereredpa Njoka

Yehova Mulungu anati kwa njoka, "Chifukwa iwe mwachita ichi, ndinu wotembereredwa koposa zoweta zonse ndi pamwamba pa zirombo zonse zakuthengo; pa mimba yako udzayenda, ndipo udzadya fumbi masiku onse a moyo wako. 15 Ine ndidzaika udani pakati pa iwe ndi mkaziyo, ndi pakati pa iwe mbadwa ndi zidzukulu zake; idzalalira mutu wako, ndipo iwe udzalalira chitende chake."—Genesis 3:14-15

Pamene Eva anawauza Ambuye momwe njoka inamunyengelera iye kudya za mtengo woletsedwa, Iye anatembenukira kwa Iye chokwawa ndipo anati:

14 "Chifukwa chakuti wachita zimenezi, ndiwe wotembereredwa kuposa onse ng'ombe ndi zamoyo zonse za m'thengo; pamimba pako udzanka, ndipo udzadya fumbi masiku onse a moyo wako moyo. —Genesis 3:14

Pamene tikumvetsa kuti njoka inali chabe Chida chimene Satana anagwiritsa ntchito poyesa Hava, sichili choncho zonenedwa pano. Mulungu analitemberera kuposa nyama zina zonse m'mundamo, ndi kukwawa m'fumbi masiku ake onse.

Pamene gulu lankhondo lochepa linagonjetsa Yoswa ku Ai, iye ndi gulu lake amuna akuthira fumbi pamutu monga chizindikiro cha iwo manyazi:

(6) Kenako Yoswa anang'amba zovala zake n'kugwera pansi nkhope yake patsogolo pa likasa la Yehova mpaka madzulo Chipatso Choletsedwa ndi akulu a Israyeli. Ndipo anathira fumbi pamutu pawo. —Yoswa 7:6

Pamene abwenzi a Yobu anadza kudzamuona naona mkhalidwe wake. anawaza fumbi pamitu yawo, kusonyeza chisoni chawo ndi kutaya mtima:

(12) Ndipo atamuona ali patali, sanam'chitire muzindikire iye. Ndipo iwo anakweza mawu awo nalira, ndipo anang'amba miinjiro yao, nawaza fumbi pamutu pao Kumwamba. —Yobu 2:12

Chithunzi cha njoka ikukwawa pamimba pafumbi ndi chimodzi chamanyazi.

Sichidzakwera pamwamba pa manyazi ake koma mukhale ndi moyo kosatha m'dethi. Zingakhale zosavuta kwa ife kunena kuti njoka inali njoka wozunzidwa wosalakwa. N'chifukwa chiyani Mulungu ayenera kuchitemberera? Sizinali choncho kukhala wodzipereka wofunitsitsa pa zoyesayesa za Satana, ngakhalenso sakanatero imamvetsetsa ngakhale zomwe zinali kuchitika. Zinali, komabe, chida chosankhidwa cha Satana poyesa Hava.

Tiyerekeze kuti muli ndi msewu m'dera lanu lomwe lili ndi a kutembenuka koopsa kwambiri. Njira iyi yokhotakhota mumsewu yakhala yolondola gwero la ngozi zambiri zapamsewu. Kodi mumatani? Choyamba zomwe mumachita ndikuyika chizindikiro chochenjeza, kudziwitsa anthu kuti atsala pang'ono kuyandikira gawo lowopsa la msewu. Chenjezoli ndi cholinga choti anthu adziwe zambiri za ngozi yomwe ikubwera. Mulungu anatemberera njoka monga chenjezo ndi chikumbutso cha zomwe zidachitika m'munda wa Edeni.

Pali china chake chomwe tiyenera kuwona pano. Monga mmene zochita za Adamu ndi Hava zinakhudzira anthu onse mtundu wa anthu, kotero zomwe zinachitika tsiku limenelo kupyolera mu njoka inakhudza mibadwo ya zilombo zomwe zinatsatira. Izi njoka inali chida chochitira zoipa kwambiri. Izi Temberero pa Njoka sichinali chopepuka. Themberero la uchimo silinangoperekedwa kokha kudzera mwa mtundu wa anthu komanso nyama. Anthu ndi nyama zonse zidzalefuka pansi temberero la uchimo. Monga momwe Adamu ndi Hava anafera chifukwa cha imfa ku tchimo lawo, tsopano nyama zonse zikaikidwa pansi pa temberero lomweli.

Pamene tikusunthira ku ndime 15, chidwi chimachoka pa njoka ngati chida cha Satana monga woyesa. Zindikirani zimene Mulungu anauza Satana tsiku limenelo:

15 Ndidzaika udani pakati pa iwe ndi mkaziyo; pakati pa mbewu yako ndi mbewu yake – Genesis 3:15

Pamene Mulungu anatemberera njoka, Iye anamuuza Satana kuti Iye akanatero kuika "udani" pakati pa mbewu ya mkazi ndi yake ana. Uku kunali kulengeza za nkhondo. Kuyambira pamenepo m'tsogolo, adzakhala adani akulumbiridwa. Tiyeni tilingalire izi ana mwatsatanetsatane.

Choyamba, taganizirani za mbadwa za Satana. Ana ndi chiyani za mdierekezi? Kuti tiyankhe izi, tiyeni tipite ku Chipangano Chatsopano. Mvetserani mawu a Yesu kwa Alembi ndi Afarisi mu Yohane 8:

(44) Inu ndinu ochokera kwa atate wanu mdierekezi, ndipo kufuna kwanu kuchita zokhumba za atate wako. Iye anali wakupha wochokera ku gulu la anthu kuyambira, ndipo saima m'chowonadi, chifukwa pamenepo mwa Iye mulibe chowonadi. Akanama, amalankhula yekha khalidwe, pakuti ali wabodza, ndi atate wake wa bodza. –Yohane 8:44

Akunena zofanana kwambiri mu Mateyu 23:

m'tsogolo, adzakhala adani akulumbiridwa. Tiyeni tilingalire izi ana mwatsatanetsatane. Tsoka inu, alembi ndi Afarisi, onyenga! Za muyenda panyanja ndi pamtunda kukatembenuza munthu mmodzi; ndipo akakhala wotembenukira ku Chiyuda, mumamupanga kawiri monga mwana wa gehena monga inu. — *Mateyu 23:15 ESV*

Mu ndime ziwiri izi, Ambuye Yesu akufotokoza za Alembi ndi Afarisi monga ana a mdierekezi ndi ana wa gehena. Iwo anali ana a Satana, atate wake wa bodza. Chimene chinapangitsa atsogoleri achipembedzo awa kukhala ana a mdierekezi chinali chenicheni chakuti iwo anakana Ambuye Yesu. Iwo ngakhale adafuna kumupha Iye.

Ana a mdierekezi ndiwo onsewo amene amatsatira njira za Satana ndi kukana Ambuye Yesu. Taonani ulosi wolengeza za Mulungu mu vesi 15 ponena za mbewu ya mkazi:

"iye idzalalira mutu wako, ndipo iwe udzalalira chidendene chake."—*Genesis 3:15*

Mawuwa amanena za mbadwa imodzi ya Hava, imene imatchulidwa apa monga "iye." Mulungu anauza Satana kuti munthu uyu angavulaze mutu wake ndi kumuvulaza chidendene chake. Chithunzi apa ndi cha munthu akuponda pamutu pa njoka. Zikuoneka kuti Paulo anagwiritsanso ntchito fanizo lofananalo pamene iye analankhula analembera Aroma kuti:

(20) Mulungu wa mtendere posachedwapa adzaphwanya Satana pansi panu mapazi. Chisomo cha Ambuye wathu Yesu Khristu chikhale ndi inu. – Aroma 16:20

Sipangakhale chikaiko ponena za chizindikiritso cha ana a Eva. Pali mbadwa imodzi yokha ya Hava imene ikanakhoza "kuphwanya" mutu wa Satana. Taganizirani mawu a Aheberi 2:14 za Ambuye Yesu:

(14) Chifukwa chake popeza ana amagawana mwazi ndi thupi, iye mwininso adagawana nawo zinthu zomwezo, kuti mwa imfa akhoza kuwononga iye amene ali nacho mphamvu ya imfa, ndiye mdierekezi, — Ahebri 2:14

Yesu Khristu, Mwana wa Mulungu, anavala thupi ndipo anabadwa monga mbewu ya mkazi. Iye anabwera kudzawononga mphamvu ya mdierekezi. Anatero potengera chilango cha machimo athu kwa mtanda wa Kalvare. Inde, Satana analalira chidendene cha Yesu zindikirani kuti chilango ichi chinatengera Yesu moyo wake, koma bala Satana sakanatha kupha, chifukwa Yesu anadzukakwa akufa, kugonjetsa mphamvu yake. Satana, kumbali inayo dzanja, linavula mphamvu yake pa ana a Mulungu. Zonse amene amadalira ntchito ya Yesu ali omasuka ku ulamuliro wa Satana pamwamba pawo. M'munda wa Edeni tsiku limenelo, Mulungu adalengeza kugonjetsedwa kwa Satana kudzera mu ntchito Yake Mwana.

Chimene chimatilimbikitsa ndi chakuti pamene Adamu ndi Hava anataya nkhondo iyi yolimbana ndi uchimo, awa sanali mathero. Mulungu sanapereke pa iwo. Anatsimikiza kupulumutsa anthu ku Kugwira kwa satana. Genesis 3:14-15 ndi chilengezo cha Mulungu ndi cholinga chopulumutsa anthu ake ku temberero lauchimo.

Za Pemphero:

Ambuye Mulungu, tikuvomereza kuti tinatengera uchimo wa machimo athu makolo oyamba. Ndife, mwachibadwa, olekanitsidwa ndi inu ndipansi pa themberero la uchimo. Timazindikira kuti kudzera mu njoka, temberero lomwelo linafalikira kwa nyama kotero kuti palibe chamoyo chomwe sichinakhudzidwe ndi tembererolo za uchimo ndi imfa. Ife tikukuthokozani inu, Atate, kuti munawulula Cholinga chanu cha chipulumutso ndi chigonjetso kuyambira nthawi ya tchimo loyamba. Ife tikukuthokozani inu lero kuti Inu mwatsimikiza kuti musatero tisiyeni mu uchimo wathu pansi pa ulamuliro wa Satana. Umo mum'munda wa Edeni, mudalengeza za kufuna kwanu kuutumiza Ambuye Yesu kuti atipulumutse. Zikomo inu, Ambuye Yesu, chifukwa Kufunitsitsa kwanu kusiya ulemelero wa Kumwamba kuti muyike moyo pansi pa mtanda chifukwa cha ife. Zikomo kuti Inu munagonjetsa uchimo ndi imfa. Zikomo polipira mtengo walamulo kutitikhoza kumasulidwa ku mphamvu ya Satana. Timasangalala lero kuti ife amene tikukudziwani Inu tsiku lina tidzakuwonani Inu maso ndi maso nkhope. Mitima yathu ikhale yoyamikira kwamuyaya chifukwa cha zodabwitsazi chisomo ndi chisomo.

Mutu 10 - Ululu Wa Kubereka Ana

Kwa mkaziyo anauza mkaziyo kuti: "Ndidzachulukitsa ululu wako pakubala ana; mu zowawa udzabala ana. Anu chilakolako chidzatsutsana ndi mwamuna wako, koma iye adzalamulira pa iwe." — Genesis 3:16

Atatemberera njoka chifukwa cha ntchito yake poyesa Eva, Ambuye Mulungu tsopano akutembenukira kwa Hava iyemwini. Mu Genesis 3:16, Ambuye akuvumbulutsa zotsatira zitatu za uchimo pa iye ndimbadwa yake yachikazi.

Ululu Wobala Ana

Kwa mkaziyo anauza mkaziyo kuti: "Ndidzachulukitsa ululu wako pakubala ana; mu zowawa udzabala ana. – Genesis 3:15

Mulungu akuuza Hava apa kuti adzawonjezera ululu wake kubweretsa ana padziko lapansi. Icho chinali cholinga cha Mulungu kuti Hava abale ana ngakhale asanagwe mu uchimo. Mvetserani ku lamulo la Mulungu pamene anayamba kulenga mwamuna ndi mkazi mu Genesis 1:

Chotero Mulungu analenga munthu m'chifanizo chake, wa Mulungu anamlenga iye; adalenga iwo mwamuna ndi mkazi. Ndipo Mulungu adawadalitsa. Ndipo Mulungu adati kwa iwo: "Khala; mubalane, muchuluke, mudzaze dziko lapansi, muligonjetse; mulamulire pa nsomba za m'nyanja, ndi pa mbalame zakumwamba ndi zamoyo zonse zakukwawa dziko lapansi." —Genesis 1:27-28

Taonani mmene Mulungu anauzira Adamu ndi mkazi wake kuti 'abale zipatso ndi muchuluke, mudzaze dziko lapansi." Kuyambira nthawi zakale,chinali cholinga cha Mulungu kuti dziko lapansi lidzaze ndi anthu. Kuti zinayamba ndi Adamu ndi Hava. Ife tiribe njira podziwa kuti kubereka kukanakhala kotani mu ungwiro dziko. Choonekeratu n'chakuti Mulungu analenga Hava ndi m'bale mphamvu yobala ana ndipo ankayembekezera kuti atero.

Mulungu anauza Hava mu Genesis 3:15 kuti kubereka iye Ana angavutike kwambiri chifukwa cha uchimo. Chani chikanakhala chochitika chosangalatsa tsopano chidzakhalanso zowawa. Mwana aliyense wobadwa amapangitsa amayi ake kutero kuvutika. Kuzunzika kumeneku pakubala ana kumawonekeranso mtundu wa dziko limene mwana aliyense akanabadwiramo. Izi dziko latsopano linabuula ndi zotulukapo za uchimo ndi imfa. Monga Eva anabala ana ake, anakumbukiridwa zotsatira za uchimo ndi temberero lobwera chifukwa cha icho.

Chilakolako Chake

Zotsatira zachiwiri za uchimo pa Hava zimagwirizana ndi ubale wake ndi Adamu. Mvetserani zomwe Baibulo la English Standard Version Baibulo limati mu vesi 16:

Chilakolako chako chidzakhala chotsutsana ndi mwamuna wako – Genesis 3:16 SWT

Mabaibulo ena amamasulira kuti " chikhumbo chako chidzakhala kwa mwamuna wako. " Liwu lachihebri limene lagwiritsidwa ntchito pano likunena za a kumverera mwamphamvu kwa munthu. Kumverera kumeneku kungakhale kaya zabwino kapena zoipa.

Ganizirani nkhani ya Genesis 3. Eva wadya chipatso choletsedwa, ndipo uchimo tsopano walowa m'dziko. Mulungu watero anangouza Hava kuti tchimo lidzakhudza kubala ana. Amasuntha kuti alankhule za momwe zimakhudzira ubale wake ndi iye mwamuna. Uchimo subala zilakolako zaumulungu. Ngati chilichonse, zimasokoneza maubale komanso zimatipangitsa kukhala odzikonda. Chifukwa cha uchimo, timalolera kuvulaza anzathu kuti titenge athu njira. Maanja amayamba kukokera mbali zosiyana.

Kodi kuchimwako kunakhudza bwanji maganizo a Hava kwa mwamuna wake? Zingakhale zomveka bwino kuganiza kuti zilakolako zake kapena maganizo amphamvu sanali aumulungu nthawi zonse. Zingakhale zotetezeka kuganiza kuti sikunali kufuna kwake nthawi zonse. Izi zabadwa kunja mu maukwati athu omwe. Chifukwa cha uchimo, timakonda kufunafuna njira yathu mowonongera anzathu. Chipatso cha uchimo ndi nsanje, mkwiyo, kudzikonda, ndi kusaleza mtima, kutchula a makhalidwe ochepa. Ndani mwa ife sanavutikepo chipatso ichi mu mitima ndi maganizo athu? Chokhumba cha Eva kwa iye mwamuna sakanakhalanso wangwiro ndi wosaletseka. Iye tsopano anayenera kusintha maganizo ake ndi maganizo ake kwa iye.

Mulungu analenga Hava kuti akhale mnzake wa Adamu. Pamaso pa kulowa kwa uchimo, Hava akadakwaniritsidwa kwathunthu udindo uwu. Anali wokondwa komanso wokhutitsidwa ngati nsanje, kunyada, nsanje, mkwiyo, ndi kusakhutira kunalibe mwa iyemalingaliro. Komabe, uchimo ukanasintha zonsezi, ndipo ukanasintha amakhala ndi malingaliro amphamvu ndi olakwika pa iye mwamuna. Maganizo amenewa angakhudze ubale wawo. Tsopano akanayenera kulimbana naye yekha, maganizo akeoipa ndi malingaliro oti azikhala mogwirizana ndi mwamuna wake ndi chikondi iye monga momwe Mulungu anafunira.

Analamulira Ponse

Zotsatira zomaliza za uchimo zotchulidwa mu vesi 16 zikufotokozedwa mwachidule m'mawu:

koma iye adzalamulira inu – Genesis 3:16, ESV

Mulungu akumuuza Eva apa kuti tchimo lidzakhudza momwe mwamuna wake kugwirizana nayenso. Taona mmene Hava akanakhalira kukakamizidwa kuchita nkhondo ndi malingaliro ake ndi zilakolako zake. Chani zinali zoona kwa Hava zinalinso zoona kwa mwamuna wake. Iye, nayenso, anali atakhudzidwa ndi tchimo lomweli. Zingakhudze momwe iye adatsogolera banja lake ndikusamalira mkazi wake.

Mulungu anafuna kuti mwamuna akhale mutu wa banja lake. Adamu adzalamulira mkazi wake molakwika. Iye akanasowa chifundo ndi chifundo zimafunika kuti munthu akhale mtsogoleri weniweni. Adamu nayenso akanavutika ndi dyera ndi kunyada. Apo zikanakhala nthawi zimene ankangoganiza za iye yekha koma osatero amaganizira zofuna za mkazi wake ndi banja lake.

Ngati Adamu akanakhala mtsogoleri amene Mulungu anamuitana kuti akhale, iye anayenera kudzipereka ku nkhondo ya uchimo ndi chikhalidwe chake chauchimo. Ake Mtima wodzikonda unayenera kuthetsedwa. Adamu adzafunika kudalira Mulungu kaamba ka kuleza mtima ndi kumvetsetsa. Monga mtsogoleri, sikuti nthawi zonse amasankha zinthu mwanzeru. Zina mwa zosankhazo zingasokoneze banja lake. Hava akanagonjera munthu wopanda ungwiro amene kulimbana ndi chikhumbokhumbo chodzikonda chofuna kuchimwa. Izi zinali a chinthu chochititsa mantha ndipo chinangowonjezera zoipa zake maganizo ake pa iye.

Mulungu anauza Hava tsiku limenelo kuti kubala ana kudzakhala kukhala chokumana nacho chowawa. Kuyambira pamenepo, iye adzalimbana ndi malingaliro ake ndi zikhumbo zake pa iye mwamuna.

Anayenera kukhala ndi mwamuna wolimbana ndi zizolowezi zauchimo ndipo nthawi zambiri amalephera kukhala mtsogoleri wa Mulungu anali atamuyitana iye kuti akhale. Chovuta cha ndime iyi kwa akazi, monga mbadwa za Hava, ayenera kuzindikira kuti uchimo udzakhudza maganizo athu mitima ndi maganizo kwa amuna awo. Ngati mukuyenera kukhala mnzako amene Mulungu wakuyitana iwe, uyenera kutero poyamba kulimbana ndi malingaliro ndi malingaliro awa. Inu muyenera kuzindikira zimenezo ngakhale akuluakulu mwa ife akulimbana ndi chikhalidwe chawo chauchimo akhale amuna amene Mulungu anawayitana iwo. Posachedwapa kapena pambuyo pake, umboni wa nkhondoyo udzaonekera m'zonse ubale.

Tchimo ndi mdani wamkulu pa ubale uliwonse. Mulungu anakumbutsa Hava kuti ayenera kukhala ndi mwamuna wopanda ungwiro. Iye amayenera kudziwa, komabe, kuti malingaliro ake komanso zilakolako kwa iye zikanakhala zochepa kwambiri. Ngati awo Ubale uyenera kuyenda bwino, onse awiri ayenera kutero gonjetsani tchimo limene linawopseza kuti liwalekanitsa.

Za Pemphero:

Ambuye Mulungu, ife tikumvetsa izo kuyambira nthawi ya kugwa mkati Genesis 3, tonse tavutika kuti tiyende limodzi ndi inu. Timaona m'mavesiwa mmene uchimo umakhudzira ubale wathu monga amuna ndi akazi. Inu munamuuza Eva kuti akanayenera kutero limbanani ndi malingaliro ndi zilakolako zake zoipa. Atate, zimawawa kuti tiwone momwe uchimo umakhudzira ubale wathu ndi iwo timakonda kwambiri. Tikhululukireni makhalidwe oipa amene tili nawo zokhala m'mitima mwathu kwa mwamuna kapena mkazi. Mukhululukireni ifenso chifukwa cha kudzikonda ndi kunyada zomwe zimatilepheretsa kutumikira wina ndi mzake. Tsegulani maso athu kuti muwone uchimo wathu. Tiphunzitseni kuti tizikondana wina ndi mzake monga mmene Inu mumatikondera ife. Tiphunzitseni kutero. Kusakhutira ndi maubale athu. Tiyeni tipereke tokha kuyambira lero kugonjetsa uchimo kuti ife mukhoza kukonda anzathu monga mukufunira.

Mutu 11 - Mwa Thukuta Lanu Pa Nkhope

Ndipo kwa Adamu anati, Chifukwa wamvera mawu a mkazi wako ndi kudya za mtengo umene ine anakuuza kuti, Usadyeko; chifukwa cha inu; mukumva kuwawa udzadyako zonse masiku a moyo wanu; 18 minga ndi mitula idzabala zanu; ndipo mudzadya zomera zakuthengo. 19 Pa udzadya chakudya cha m'thukuta la nkhope yako, kufikira utabwerera nthaka, pakuti munatengedwamo; pakuti ndiwe fumbi;ndipo kufumbiko udzabwerera."—Genesis 3:17-19

Atalankhula ndi njoka, Satana ndi Hava, Mulungu anatembenuka Malingaliro ake kwa Adamu:

17 Ndipo kwa Adamu anati, Chifukwa wamvera mawu a mkazi wako ndipo wadya za mtengo umenewo anakulamulirani, Usadyeko; — Genesis 3:17 ESV

Mulungu anaimba mlandu Adamu kuti amamvera mkazi wake ndi kudya zipatso zake mtengo woletsedwa. Hava anathyola chipatso cha mtengowo, koma iye adaperekanso kwa mwamuna wake ndi kumupempha kuti adye. Izi sanamukhululukire Adamu chifukwa anali ndi ufulu wosankha kudya chipatsocho kapena osati. Komabe, anamvera Hava m'malo momvera Mulungu ndi adalumikizana naye mu uchimo.

Kodi munayamba mwazindikirapo mukayimitsidwa pamagalimoto kuyatsa momwe mumatsata mwachibadwa pamene galimoto yomwe ili patsogolo panu amapitilira, osayang'ana ngakhale kutsimikizira kuti kuwalako kuli wobiriwira? Ichi ndi chizolow̃ezi chathu chachibadwa monga anthu. Ife kutsatira anthu, nthawi zambiri popanda kuganizira ngati iwo zomwe akuchita ndi zolondola kapena ayi. Koma

89

zoona zake za nkhaniyi. n'chakuti unyinji sumakhala wolondola nthaŵi zonse. Satana amadziwa Chisonkhezero chimene anthu ena ali nacho pa ife. Iye ayenera kuti ankadziwa zimenezo akanapangitsa Hava kuchimwa, Adamu sipanatenge nthawi yaitalikumtsata iye.

Tiyenera kuika maso athu pa Yehova ndi Mawu ake kuposa zomwe anthu ena akuchita. Anthu sali olondola miyeso ya cholinga cha Mulungu. Tiyenera kuyang'ana pa Ambuye ndi Mawu ake ngati sitikufuna kusocheretsedwa. Adamu sanatsogoleledwe ndi Mau a Mulungu pamene iye anadya chipatso choletsedwa.

Temberero Pansi

Kusankha kwa Adamu kumvera Hava ndi kudya chipatso choletsedwacho zinali ndi zotulukapo zowopsa. Mvetserani mawu a Yehova —Genesis 3:17-18.

nthaka ikhale yotembereredwa chifukwa cha iwe; mukumva kuwawa udzadya za izo masiku onse a moyo wako; 18 minga ndi mitula lidzaugwiratulutsirani inu; 19 Udzatero ndi thukuta la nkhope yako kudya mkate, – Genesis 3:18-19

Mawu akuti "nthaka ndi yotembereredwa chifukwa cha iwe" ali ndi tanthauzo lalikulu. Kusankha kwa Adamu kudya chipatso choletsedwa kunadzetsa temberero limeneli. Mulungu anauza Adamu kuti adye zipatso za nthaka ndi ululu. Ululu umenewo ukanabwera ngati minga ndi mitula imene dziko lapansi lidzabala. Adamu anafunika khama kuti alime nthaka ndi kulima zakudya zofunikila kuti akhale ndi moyo.

Nthawi zambiri timaganiza za uchimo ngati vuto la munthu. Komabe, tchimo imakhudzanso malo athu. Ngakhale sizikudziwika bwino momwe nthaka idabala zipatso kugwa kusanagwe, zikuwonekeratu kutikulowa kwa uchimo kunakhudza momwe nthaka idaberekera mbewu zake. Adamu anayenera kulimbana ndi nthaka ndi nyengo kulima mbewu zofunika kwa iye ndi banja lake. The dziko lapansi likanafuna kubereka zipatso koma likanatero kudziperera msanga ku minga ndi mitula, zomwe sizikanatheka kudyedwa.

Zotsatira za uchimo ndi temberero sizimaoneka m'nthaka mokha komanso mu masoka achilengedwe komanso zachilengedwe masoka amene amawonga dziko lathu chaka chilichonse. Imfa ndi chivundi chadzaza dziko lapansi. Matenda ndi matenda onse mitundu yasanduka chizolowezi. Muzu wa chiwonongeko ichi ndi uchimo ndi temberero lake pa dziko lathu. Tchimo siliri lolungama chinachake chimene timachita koma matenda omwe amakhudza mbali iliyonse ya dziko lathu. Adamu sakanamvetsa kukula kwakeza chilengezo chakuti, "Nthaka ndi yotembereredwa chifukwa cha iwe. Kusamvera kwake Mulungu kunali ndi zotsatirapo zoopsa kwambiri dziko lapansi kwa zaka masauzande otsatira.

Panali kuwala kwa chiyembekezo m'mawu akuti, "mukuwawa iwe udzadyako masiku onse a moyo wako." Mawu akuti, "iwe udzatero idyako masiku onse a moyo wako," tisonyezeni ife kuti Mulungu sanatero anaperekedwa kwa Adamu ndi Hava. Akanakhala ndi zokwanira chakudya chochirikiza moyo wawo kwa masiku awo onse. Kunena zowona, kukafunikira ntchito yochuluka ndi zowawa kuti munthu apeze chakudya ichi, koma akadakhala nacho chokwanira mwa chisomo cha Mulungu.

Zomera Zam'munda

Lemba la Genesis 3:18 limatiuza zinthu zina zokhudza Adamu ndi Hava chakudya. Yehova Mulungu anauza Adamu kuti adye zomerazo za munda:

ndipo mudzadya zomera zakuthengo. — *Genesis 3:18 ESV*

Adamu ndi Hava anadya zomera. Zakudya zawo zinali masamba, zomera ndi zipatso za mitengo ya m'mundamo. Pa pamenepo, makolo athu oyamba sanadye nyama. Panalibe panali imfa iliyonse m'mundamo. Zinyama sizinalipo kupereka nsembe kapena kuphedwa chifukwa cha chakudya. Zonsezi zitha kusintha m'malo mwake zaka zikubwera.

Tamverani zimene Mulungu anauza Nowa pa Genesis 9:

(3) Choyenda chilichonse chamoyo chidzakhala chakudya chanu. Ndipo monga ndakupatsani zomera zobiriwira, ndakupatsani inu zonse.— *Genesis 9:3*

Kenako Mulungu anakhazikitsa malamulo a kadyedwe ofotokoza za nyama zovomerezeka kudya. Adamu ndi Hava, komabe, pa nthawi imeneyi mbiri, anali osadya.

Mpaka Mubwerere Pansi

Mbali yomaliza ya temberero la Mulungu pa Adamu inali imfa. Mvetserani ku mawu a Mulungu pa Genesis 3:19:

Kufikira udzabwerera kunthaka, popeza kuti unatengedwa; pakuti ndiwe fumbi, ndi kufumbiko udzabwerera."— *Genesis 3:19 SWT*

Ndi thukuta la nkhope yake, Adamu anali kulima nthaka chakudya chodzisamalira yekha ndi banja lake. Pamene thupi lake likukalamba, ilo zingakhale zovuta kwambiri kuti achite ntchito yofunika. Tsiku likanadza pamene thupi limenelo likanati anapereka mzimu wake, ndipo Adamu ndi nthaka, iye anamenyana zovuta kwambiri kuti agonjetse, tsiku lina adzatenga thupi lake. Iye adzagona m'nthaka ndi kubwerera kufumbi.

Anthu akanabadwa, kumenya nkhondo kuti apulumuke ndi kufa. Zonse za izi zikanawoneka zopanda pake ngati pakanapanda chiyembekezo cha kubwezeretsa chiyanjano ndi Mulungu ndi chigonjetso pa uchimo kudzera Yesu Khristu. Kwa ambiri amene sadziwa Mpulumutsi, izindi kukhalapo kwawo – amabadwa, amamenyana ndi moyo, ndi kufa olekanitsidwa kosatha ku chiyanjano ndi mlengi wawo.

Tchimo lomwe limawononga miyoyo yathu ndi dziko lathu ndilo lalikulu kwambiri mdani. Kusamvera kwa Adamu ndi Hava kunatigwetsera m'mavuto chisokonezo ndi kutaya mtima. Cholowa chathu ndi kulekana ndi Mulungu, ubale wosweka, zowawa, kulimbana, ndi dziko lodzaza zopinga, potsirizira pake imfa. Palibe mpaka ife kumvetsa kuwonongeka kwa uchimo kumene tingathe mokwanira kuyamikira zimene Ambuye Yesu anachita pa mtanda pa Kavare. Amatipatsa chigonjetso pa uchimo ndi cholinga cha moyo wosatha. Ku Kumdziwa Iye ndiko kudziwa kupambana pa tchimo ndi temberero lake.

Za Pemphero:

Ambuye Yesu, tikuwona momwe uchimo wakhalira dziko lapansi lino. Ndi zophweka bwanji kwa ife kuti tikuimbireni mlandu Inu ikafa kapena masoka achilengedwe amapha okondedwa athu. Komabe, tikuwona apa kuti ndife anthu omwe anabweretsa uchimo m'dziko lino. Ndi Inu amene munafa kuti mupereke a yankho. Zikomo chifukwa chakulolera kwanu kufa kuti ife akhoza kugonjetsa uchimo ndi temberero lake pa dziko lapansi.

Timazindikiranso Ambuye Yesu zomwe sitikhala nazo nthawi zonse zakhala zitsanzo zabwino kwa anthu otizungulira. Monga zoletsedwa zipatso, maganizo athu, zolankhula zathu, ndi zochita zathu zawapangitsa kutero kugwa. Tikhululukireni pakulephera kwathu kukhala chitsanzo. Chiritsani iwo takhumudwa ndi zolankhula ndi zochita zathu. Tiphunzitseni kukhala chitsanzo cha umulungu ndi choonadi kwa onse amene timakumana nawo.

Mutu 12- Madalitso Awiri kuchokera kwa Mulungu

20 Mwamuna anamutcha dzina la mkazi wake Hava, chifukwa anali iye amake wa amoyo onse. 21 Ndipo Yehova Mulungu analenga Adamu ndi mkazi wake anavala zovala zachikopa, nabvala iwo. —Genesis 3:20-21

Mulungu analankhula ndi Adamu, Hava, ndi Satana za udindo wawo wotsegulira khomo la uchimo ndi imfa. Zingakhale zosavuta kuganiza kuti Mulungu anakwiyira makolo athu oyambirira moti anawakana. Izi sizinali choncho. Pa Genesis 3:20-21, tili ndi umboni wodabwitsa wa chisomo ndi chifundo cha Mulungu pa iwo, ngakhale pakupanduka kwawo.

Dalitso Pakati pa Manyazi

Taonani choyamba chimene Genesis 3:20 amatiuza za Hava:

20 Mwamuna anamutcha dzina la mkazi wake Hava, chifukwa anali iye amake wa amoyo onse. —Genesis 3:20

Lembali limatiuza kuti Adamu anapatsa mkazi wake dzina lake. Izi ndi nthawi yoyamba imene dzina lakuti Hava limapezeka m'Baibulo. Mpaka mfundo iyi, iye amatchedwa mkazi:

(23) Kenako munthuyo anati: "Uyu ndiye fupa la mafupa anga ndi mnofu wa mnofu wanga; adzatchedwa Mkazi, chifukwa adachotsedwa mwa Munthu. — Genesis 2:23

N'cifukwa ciani Adamu anakakamizika kusintha dzina la mkazi wake? Dzina lakuti Hava limatanthauza "moyo." Lemba la Genesis 3:20 limatiuza zimenezi Adamu anamutcha iye Eva, chifukwa iye anali mayi wa onse moyo. Tiyeni tikambirane zimenezi m'nkhani ya Genesis 3.

Mulungu anauza Hava kuti adzabala ana chifukwa cha ululu za tchimo lake. Ngakhale kuti anavutika pobala, alipo chinachake chodabwitsa kwambiri pakumvetsetsa kwa Hava akanatulutsabe moyo m'mimba mwake. Eva akanatero kukhala mayi wa anthu onse. Iye akanabala ana ndi kuwawona akukula pamaso pake. Zoonadi, a chenicheni cha imfa chinalinso chenicheni. Iye akanafa ngati iye ana, koma moyo ukanapitirira, ndipo dziko likadzadzazidwa ndi ana ake.

Poganizira zimenezi, Adamu anasankha kutcha mkazi wake dzina lakuti Hava. Mu potero, amamlemekeza monga mkazi. N'zovuta kunena mmene Eva anali kumverera masiku amenewo. Anatsegula chitseko uchimo ndi imfa, ndipo ichi chikadakhala chachikulu pa iye malingaliro. Adamu, komabe, amamudalitsa ndi dzina latsopano lomwe imayang'ana pa iye kukhala mayi wa anthu onse. Dzina latsopanolo linamupatsa chiyembekezo pakati pa manyazi ndi kulefulidwa. Ngakhale kuti Adamu anachimwabe mumtima mwake amamvera mkazi wake ndipo amamudalitsa.

Chofunika kwambiri kuti tizindikire apa, komabe, ndi kuti sizikadakhala zotheka izi chifukwa cha chisomo cha Mulungu. Eva anali atapandukira Mulungu kutola chipatso choletsedwa. Zimenezi zinali zomvetsa chisoni kwambiri zotsatira kwa anthu. Komabe taganizirani za chisomocho wa Mulungu polola Hava kukhala mayi wa moyo wa anthu onse. Ana ake adzadzaza dziko lapansi. Mwa amayi onse iye akanatero akhale wodalitsika kwambiri. Mbadwa zake sizikanakhala kuwerengera. Kudzera mwa iye, cholinga cha Mulungu chinali kudzakwaniritsidwa za dziko lapansi.

Mulungu sanalekerere Hava. Anali ndi udindo wofunikira Cholinga chake. Tchimo lake linali lalikuru, ndipo analinso wamkulu zotsatira za tchimolo, koma chisomo ndi chifundo cha Mulungu zinali zazikulu. Sanamusiye ana.

Chophimba Chamanyazi

Dalitso lalikulu lachiwiri la Mulungu m'miyoyo ya Adamu ndi Eva akupezeka pa Genesis 3:21:

> *21 Ndipo Yehova Mulungu anapangira Adamu ndi mkazi wake; Zovala zachikopa ndi kuziveka. Genesis 3:21*

Lembali limatiuza kuti Mulungu anaveka Adamu ndi Hava zovala za khungu. Kumbukirani kuti banja loyambali linamva anachita manyazi kwambiri atagwa chifukwa anali maliseche.

> *(7) Pamenepo maso a onse awiri anatsegulidwa, ndipo anadziwa kuti anali maliseche. Ndipo adasoka masamba a mkuyu pamodzi nadzipangira okha zobvala. (10) Ndipo iye anati, "Ine Ndinamva mawu anu m'mundamo, ndipo ndinachita mantha. chifukwa ndinali wamaliseche, ndipo ndinabisala. — Genesis 3:7, 10 ESV*

Mulungu anamvetsa manyazi awo koma sanawasiye pamenepo. Mulungu anawaphimba ndi chikopa cha nyama. Kodi inu anavulazidwapo ndi munthu? Yankho lanu ndi liti iwo agwidwa, ndipo chinachake choipa chiwachitikira iwo? Ndi inu munayesa kunena kuti, "Izo zimawatumikira iwo moyenera; iwo anapeza chimene chinali kubwera kwa iwo?" Tiyenera kukhala oyamikira chotani nanga kuti Mulungu anatero osanena izi. Mulungu akanakhala ngati ife, akanatisiya makolo kukhala mu manyazi ndi maliseche. Izi siziri zimene Iye anachita. Mlengi anamva ululu wa Adamu ndi Hava ndipo anamva chisoni chifundo kwa iwo. Anaphimba manyazi awo kudzera m'mipingo imfa ya nyama imene Iye anailenga.

Mulungu anapereka fanizo lofunika kwambiri. Kwa manyazi kuti chiphimbidwe, chinachake chinayenera kufa. Mkuyuwo unasiya Adamu ndipo Hava ankagwiritsa ntchito zinali zosakwanira zophimba machimo. Mulungu anawasonyeza mmene imfa ya munthu wamoyo chifukwa cha mnzake chikhoza kuphimba manyazi. Sichinali cholinga cha Mulungu zimenezo Adamu ndi Hava akukhala m'manyazi tsiku lililonse. Iye wotsimikiza kupereka moyo wa nyama kuti aphimbe choyamba kulakwa kwa makolo.

Nsembe iyi inali yoyamba ya uchimo. Monga nkhani ya Chipangano chikuchitika, nyama imodzi pambuyo pa inzake inali kuperekedwa nsembe chifukwa cha machimo aanthu. Mamiliyoni a nyama zinalipo kuphedwa ndi kuperekedwa kwa Mulungu kuphimba manyazi a ochimwa zochita, maganizo ndi maganizo. Chisomo chosayerekezeka ya Mulungu idafalikira kuchokera ku mibadwomibadwo kupita ku ina, ndipo Iye adalandira chophimba ichi cha tchimo mpaka nthawi yake yomwe Mwanayo adzapereka nsembe yomaliza kwa nthawi zonse.

Mulungu anaphimba manyazi a uchimo ndi khungu la nsembe nyama. Tsiku linali kubwera pamene Iye akanati achite kubwezera ntchito yaikulu. Adzachotsa chilango cholemetsa ndi kuchotsa uchimo ku ulamuliro wake ndi mphamvu pa miyoyo yathu kudzera mu imfa ya Mwana wake Yesu. Dalitso ili linali imfa ya nyama yoyamba ija yophimbira uchimo wa makolo athu oyamba. Ngakhale kuti anachimwa, Mulungu anaonetsa chisomo chake chodabwitsa polonjeza Eva kuti adzakhala mayi. mtundu wa anthu. Iye anayambitsanso dongosolo la nsembe limene adzaphimba manyazi awo kufikira itakwana nthawi yoti Iye apereke Mwana wake weniweniyo monga nsembe yomaliza. Ngakhale kuti anali pa themberero la uchimo, Adamu ndi Hava anapitirizabe kutero kumva chisomo cha Mulungu m'miyoyo yawo. Chisomo chomwecho ikuwonjezedwa kwa ife lero.

Za Pemphero:

Ambuye Mulungu, tikuvomereza kuti talephera kwa Inu muyezo wa miyoyo yathu. Tinabadwa mu uchimo ndi manyazi. Zikomo chifukwa cha dalitso lomwe tikuwona m'moyo wa Hava. Munasankha kumupanga kukhala mayi wa amoyo onse ngakhale iyeyo tchimo. Zikomo chifukwa cha chisomo chomwe chimatidalitsa ngakhale mu uchimo wathu ndi manyazi. Tikayang'ana pa moyo wathu, timaona kuti ndi angati madalitso amene timalandira kwa inu.

Zikomo inunso, Atate, poti mumationa kukhala ofunika anthu. Tikudziwa kuti mwatipanga kukhala omvera korona wa chilengedwe Chanu. Munasonyeza izi ndi imfa ya nyama yoyamba ija kuphimba manyazi a Adamu ndi Hava. Pamene palibe nsembe ya nyama yomwe ikanakhoza kuphimba chilango chathu, Inu munatumiza Mwana Wanu Yesu Khristu kuti alipire mtengo wa zolakwa zathu. Zikomo inu kuti imfa yake imaphimba chilango chokha komanso amatisintha ndi kutipatsa mphamvu pa zotsatira za uchimo tsopano ndi muyaya.

Mutu 13 – Kuthamangitsidwa kuchokera ku Munda

22 Pamenepo Yehova Mulungu anati, "Taonani, munthu ali nacho khalani ngati mmodzi wa ife podziwa zabwino ndi zoipa. Tsopano, kuwopa iye anatambasula dzanja lake, natenganso za mtengo wa moyo, ndiidyani, nimukhale ndi moyo kosatha." 23 Chotero Yehova Mulungu anatumiza anamutulutsa m'munda wa Edeni kuti alime nthaka amene anatengedwa. 24 Iye adathamangisa munthuyo, napita Kum'mawa kwa munda wa Edeni anaika akerubi ndi a lupanga lamoto lozungulira ponse poyang'ana njira yopitako mtengo wa moyo. — Genesis 3:22-24

Mu gawo lomaliza ili la Genesis 3, tikuwona chotsatira china cha uchimo m'moyo wa Adamu ndi Hava. Tisanafufuze izi, komabe, mverani mawu a Yehova Mulungu mu Genesis 3:22:

22 Pamenepo Yehova Mulungu anati, "Taonani, munthu ali nacho khalani ngati mmodzi wa ife podziwa zabwino ndi zoipa. – Genesis 3:22

"Ife"

Taonani mawu akuti "ife" m'mawu amenewa—"munthu wakhala monga mmodzi wa ife." Mawu akuti "ife" akusonyeza kuti Mulungu akulankhula kwa wina. Chifukwa amatchula Adamu kuti "munthu," Iye sikulankhula kwa Adamu koma za iye kwa munthu wina. Ku Kodi Mulungu akulankhula ndani pa Genesis 3:22?

Anthu ena amaona kutchulidwa kwa angelo mu ndime iyi. Iwo amakhulupirira kuti Mulungu akulankhula nawo za Adamu. Vuto la kutanthauzira uku liri pawiri.

Choyamba, ganizirani kumene nkhaniyo ikupita. Mulungu watsala pang'ono kuthamangitsa Adamu ndi Hava m'mundamo ndikusindikiza kuchokera pa Mtengo wa Moyo. Baibulo limasonyeza kuti angelo ndi a Mulungu antchito. Iye sayenera kukambitsirana nawo za izo zisankho zomwe amapanga.

Chachiwiri, mawu akuti "monga mmodzi wa ife" akuwoneka kuti akuphatikiza Mulungu amene Iye akuyankhula ndi kuwaika pamwamba pake mlingo womwewo. Angelo sakanapatsidwa malo aulemu amenewa.

Njira yabwinoko ingakhale kuona kutchulidwa kwa Utatu. Mulungu ndi anthu atatu—Atate, Mwana, ndi Woyera Mzimu. Anthu atatuwa analipo kuyambira kalekale. M'Baibulo muli umboni woonekeratu wonena za anthu amenewa kuyankhula wina ndi mzake.

Pa Luka 23:34, pamene Yesu anali pafupi kufa, anafuula kwa Atate:

> *Ndipo Yesu anati, "Atate, muwakhululukire, chifukwa akudziwa osati zomwe amachita." — Luka 23:34*

Luka 4:1 amatisonyeza kuti Mzimu Woyera amalankhulanso ndi Yesu pomutsogolera kuchipululu kukayesedwa nndi satana:

> *Ndipo Yesu, wodzala ndi Mzimu Woyera, adabwera kuchokera kukachisi Yordani ndipo anatsogozedwa ndi Mzimu m'chipululu – Luka 4:1 SWT*

Atate analankhula ndi Yesu ndi kumuonetsa Iye zomwe Iye ankayenera kuchita:

(19) Chotero Yesu anati kwa iwo: "Indetu, indetu, ndinena kwa inu, Ambuye Mwana sangachite kanthu pa yekha, koma chimene achita amawona Atate akuchita. Pakuti chimene Atate achita, ndicho Mwana amachita chimodzimodzi. (20) Pakuti Atate akonda Mwana ndipo amamuwonetsa iye zonse zomwe akuchita. Ndipo chachikulu ntchito zoposa izi adzamuwonetsa Iye, kuti inu mukakhoze kudabwa. —
Yohane 5:19-20

Atate, Mwana ndi Mzimu Woyera amalumikizana ndi aliyense zina pafupipafupi. Zingakhale bwino kuwona mawu oti "ife" mkati Genesis 3:22 akunena za anthu atatu a Utatu. Apa amalankhulana wina ndi mzake za tchimo limene linasakaza dziko lapansi.

"Monga Mmodzi wa Ife"

Monga momwe Mulungu amalankhulira mu Genesis 3:22, onani zomwe Iye akunena:

22 "Taonani, munthuyuwakhala ngati mmodzi wa ife kudziwa zabwino ndi zoipa. — Genesis 3:22

Pamene Mulungu akulankhula za mwamuna pano, n'zoonekeratu kuti mkazi ikuphatikizidwanso m'mawu awa. Mulungu akunena kuti iwo anali kukhala monga Iye. Pamene tinalengedwa thupi, mzimu ndi mzimu m'chifanizo cha Mulungu, izi sizomwe Mulungu akunena ku kuno. Genesis 3:22 amatiuza kuti Adamu ndi Hava anakhala monga Mulungu "pakudziŵa zabwino ndi zoipa."

Satana analonjeza Hava kuti zimenezi zidzachitika akadya chipatso choletsedwa:

Koma njoka inauza mkaziyo kuti, "Simungatero ayi kufa. (5) Pakuti Mulungu akudziwa kuti pamene mudya umenewo maso anu adzatsegulidwa, ndipo mudzakhala ngati Mulungu, wakudziwa zabwinondi zoipa." — Genesis 3:4-5

Ngati chidziwitso cha chabwino ndi choipa chinali chipatso cha kusamvera tinganene bwanji kuti Mulungu wangwiro ali ndi izi mtundu wa chidziwitso? Tiyeni tidutse izi ndikuzipenda zambiri.

Choyamba, Mulungu amadziwa zinthu zonse. Uku kunali kumvetsetsa kwa wamasalmo pamene analemba kuti:

Yehova, mwandisanthula ndi kundidziwa; (2) Mudziwa pokhala Ine pansi ndi pamene ndinyamuka; mumazindikira maganizo anga ali kutali. (3) Musanthula njira yanga ndi pogona kwanga, ndipo muzolowera njira zanga zonse. (4) Ngakhale mawu asanakhale pa lilime langa, taonani, Yehova; inu mukudziwa izo palimodzi. (5) Munditsekereza, kumbuyo ndi patsogolo, ndipo ikani dzanja lanu pa ine. (6) Kudziwa zimenezi nzodabwitsa kwambiri kwa ine; ndi lalitali; Ine sindingakhoze kuchipeza icho. (7) Ndidzapita kuti kucokera ku Mzimu wanu? Kapena ndithawire kuti pamaso panu? (8) Ngati ndikwera kumwamba, ndinu Apo! Ngati ndiyala bedi langa kumanda, muli komweko; – Masalimo 139:1-8

Malinga ndi kunena kwa wamasalmo, chidziŵitso cha Mulungu chimenechi sichinali za zakale ndi zamakono komanso zam'tsogolo – "Ngakhale mawu asanakhale pa lilime langa, taonani, inu Yehova kuchidziwa konsekonse."— Salmo 139:4. Kuyambira pachiyambi Patapita nthawi, Mulungu ankadziwa za uchimo wa Adamu ndi Hava komanso zotsatira zake zikhala pa dziko lapansi. Zinthu izi sizinabisike kuchokera kwa Mulungu.

Kuthamangitsidwa ku Munda wa Mtendere Chachiwiri, ngakhale Adamu ndi Hava asanachimwire Mulungu, kunali kale kupanduka kumwamba. Satana ndi angelo ake anapandukira Mulungu natsimikiza mtima kuti atenge Adamu ndi ana ake pamodzi nawo. Mulungu anali kale kugwa kwa satana ndi angelo ake kusanachitike mayesero m'munda wa Edeni.

Pamene Mulungu analenga munthu, anamupanga popanda izi kudziwa zoipa ndi kupanduka. Adamu ndi Hava anakhala ndi moyo mwamtendere m'munda momvera Mulungu. Mulungu adawalenga kuti akhale mu chiyanjano changwiro ndi Iye. The kudziwa kupanduka ndi tchimo kukadalepheretsa Chiyanjano chimenecho. Adamu ndi Hava analibe chifukwa chokayikira mawu a Mulungu okhudza mtengo wakudziwitsa zabwino ndizoipa. Iwo anali okhutitsidwa kotheratu ndi zimene anali nazo.

Satana anafesa mbewu zokayikira m'maganizo mwa Hava ndipo anamuyesa kudya. Atachita zimenezi, maso ake anatsegukira kudziwa zabwino ndi zoipa. Lingaliro la kupanduka kutsutsana ndi Mulungu kunali kwachilendo kwa iye, koma tsopano kunali kwakukulu zenizeni. Adakumana ndi dziko latsopano lauchimo, zoyipa, kudzikonda, kunyada, ndi kupanduka kwa nthawi yoyamba. Maso ake anatsegukira ku chidziwitso cha zoipa.

Kudziwa zimenezi kunasokoneza kusalakwa kwawo. Dziko latsopanoli chimene chinawatsegukira sichinali chosangalatsa. Iwo anamva manyazi ndi mantha. Iwo ankadziona ngati otalikirana ndi Mulungu. Tsopano, basi monga Mulungu, adaona zoipa ndi kupanduka. Anatsegula chitseko kuti Mulungu adatsekereza chitetezo chawo. Miyoyo yawo ikanatero musakhalenso chimodzimodzi.

Chidziwitso cha Mulungu ndi Chidziwitso cha Munthu

Chipatso Choletsedwa Pamene Adamu ndi Hava anafika pozindikira kusiyana pakati pa zabwino ndi zoipa, panali dziko la kusiyana pakati pa kudziwa kwawo ndi kwa Mulungu. Mulungu ankadziwa za dziko lino lachipandu ndi uchimo, ndipo zinamunyansa Iye. Iwo analibe chokopa kwa Iye chirichonse. Iye ankadana nazo kusweka ndi kuononga zomwe zidabweretsa ku zolengedwa Zake.

Chidziŵitso chimenechi cha kuipa, kwa Adamu ndi Hava, komabe, chinali zosiyana kwambiri. Anadzipeza akulephera kukana nthawi. Malingaliro oipa akanadzaza m'maganizo mwawo ndi kuwasautsa. Kuphulika kwa mkwiyo ndi kukhumudwa zikanaphulika mkati iwo ndi kuononga pakati pa omwe ankawakonda. The Mtumwi Paulo anafotokoza chokumana nacho chimenechi motere:

(21) Chotero ndipeza kuti ndilo lamulo kuti pamene ndifuna kuchita zabwino, zoipa zili pafupi. (22) Pakuti ndikondwera ndi chilamulo cha Mulungu; m'kati mwanga, (23) koma ndiona m'ziŵalo zanga wina lamulo lolimbana ndi lamulo la malingaliro anga ndi kupanga ine kapolo wa lamulo la uchimo lakukhala m'ziwalo zanga. (24) Munthu watsoka ine! Amene adzandilanditsa kwa ine thupi la imfa ili? (25) Ayamikike Mulungu kudzera mwa YesuKhristu Ambuye wathu! Chotero ine ndekha nditumikira chilamulo cha Mulungu ndi nzeru zanga, koma ndi thupi langa nditumikira lamulo la uchimo. – — Aroma 7:21-25

Chidziwitso cha uchimo ndi choipa chinali ndi zotsatira zowononga Adamu ndi Eva. Izo zinawayesa iwo ndi kuwapangitsa iwo kutero choka kwa Mulungu. Unadzaza maganizo ndi mitima yawo kotero kuti iwo anali osamvera Mulungu ndi mawu ake. Pamene, monga Mulungu, iwo atamvetsetsa zabwino ndi zoipa, Adamu ndi mkazi wake adzakhala kuzunzidwa ndi chidziwitso ichi kwa moyo wawo wonse.

Mulungu anapitiriza kulankhula mu vesi 22 ndipo anati:

Kuthamangitsidwa ku Munda wa Mtendere Tsopano, angatambasulire dzanja lake ndi kutenganso za mtengowo moyo ndi kudya, ndi kukhala ndi moyo kosatha."—Genesis 3:22

Lingaliro likuwoneka ngati losakwanira, koma tanthauzo lake ndilabwino zomveka. Taonani mmene Mulungu amalankhulira apa za mtengo wa moyo munda. Malinga ndi Genesis 3:22 , amene anadya za mtengo uwu udzakhala ndi moyo kosatha.

Lemba la Chivumbulutso 2:7 limatiuza kuti mtengo umenewu uli "m'paradaiso wa Mulungu," ndipo iwo amene ali Ake ndi kugonjetsa Satana adzatero tsiku lina mukhale ndi mwayi wodyako:

Iye amene ali ndi khutu amve chimene Mzimu anena kwa mipingo. Kwa iye amene alakika ndidzampatsa idyani za mtengo wa moyo, umene uli m'paradaiso wa Mulungu. Chivumbulutso 2:7

Mvetserani ku kufotokozera kwa Yohane za mtengo mu Chivumbulutso 22:

Kenako mngeloyo anandionetsa mtsinje wa madzi amoyo, wonyezimira ngati krustalo, wotuluka ku mpando wachifumu wa Mulungu ndi wa Mwanawankhosa (2) kudutsa pakati pa msewu wa mumzinda; ndiponso mbali zonse za mtsinjewo, mtengo wa moyo pamodzi nawo mitundu khumi ndi iwiri ya zipatso, yobala zipatso zake mwezi ndi mwezi; The masamba a mtengowo anali akuchiritsa amitundu. Chivumbulutso 22:1-2

Yohane akutsimikizira kuti mtengo wa moyo uli kumwamba. Zindikirani izo unabala zipatso, koma masamba ake anagwiritsidwanso ntchito pochiritsa mayiko. Mtengo uwu uli ndi zopatsa moyo komanso zochiritsa.

Ndi okhawo amene achapa miinjiro yawo ndi kuyenda ndi Mulungu adzakhala ndi mwayi ku mtengo uwu wa moyo:

> *(14) Odala ali iwo amene atsuka miinjiro yawo, kotero kuti iwo akhale nao ulamuliro ku mtengo wa moyo, ndi kuti akakhale nao lowani mumzinda pazipata.* — Chivumbulutso 22:14

> *(19) Ndipo ngati wina achotsa mawu a m'buku za ulosiwu, Mulungu adzachotsa gawo lake pamtengowo za moyo, ndi za mzinda woyera, zimene zafotokozedwa m'menemo buku.* — Chivumbulutso 22:19

Monga chilango cha uchimo ndi kupanduka, Mulungu anachotsa mpata ku mtengo wa moyo, kutsimikizira imfa kwa munthu aliyense kukhala kuyambira pamenepo.

Pa Genesis 3:23, 24, Yehova anathamangitsa Adamu ndi Hava m'banja munda.

> 23 chifukwa chake Yehova Mulungu anamtulutsa m'mundamo m'munda wa Edeni kuti alime nthaka imene anatengedwa. 24Anapitikitsa munthuyo, *(Genesis 3:23-24).*

Adamu ndi Hava sakanabwerera m'mundamo. Mulungu anaika akerubi kuti asunge mtengo wamoyo ndi lawi lamoto lupanga lotsimikizira kuti palibe munthu amene angapeze izo. Zindikirani kuti lupanga loyaka motoli linatembenuzira mbali zonse kuti litetezeke mtengo wa moyo.

> *ndipo kum'mawa kwa munda wa Edeni anaikapo akerubi ndi lupanga lamoto lozungulira ponsepo sunga njira ya ku mtengo wa moyo.* — Genesis 3:22-24

Okhawo amene amatsuka miinjiro yawo m'mwazi wa Yesu ndi dziwani kuti chikhululuko chake chidzatha kudyanso za mtengo uwu (Onani Chivumbulutso 22:14). Ngati mukudziwa Ambuye Yesu lero, uwu tsiku lina udzakhala mwayi wanu.

M'mutu womaliza, tinaona mmene Mulungu anadalitsira Adamu ndi Eva ngakhale kuti anachimwa. Pano mu mutu uwu, tikupeza izo pamene iwo ankadziwa madalitso a Mulungu, iwonso akanatero kuvutika ndi zotulukapo zowopsa za kupanduka kwawo ndi kudziwa zoipa. Adamu ndi Hava adzakhala ndi moyo otsala awo masiku pansi pa themberero la uchimo. Dziko lomwe anali nalo kamodzi kudziwika kunalibenso, koma adzalandira chisangalalo za banja ndi zopatsa za Mulungu tsiku lililonse la moyo wawo. Mulungu sanawasiye, koma chiyanjano chawo ndi Iye sizikanakhala momwe zinalili kale. Ndikudabwa angati nkhani zomwe ankauza ana awo za ubwenzi wawo adakondwera ndi Mulungu ndi madalitso omwe adali nawo kale m'munda umenewo.

Pomwe mwayi wopita kumunda ndi mtengo wamoyo wakhala oletsedwa kwa ife tsopano, kupyolera mu ntchito ya Ambuye Yesu, izo kupezako kudzabwezeretsedwa tsiku lina. Buku loyamba la Baibulo imayamba ndi nkhani ya mtengo wa moyo wotetezedwa angelo kuti angadyeko wina. Buku lomaliza la m'Baibulo likutha ndi mwayi wobwezeretsedwa kwa onse amene adzachapa mikanjo yawo m'mwazi wa Mwanawankhosa. Chomwe chikugwirizanitsa nkhani ziwirizi ndi imfa ndi kuuka kwa Ambuye Yesu ndi lonjezo wa moyo wosatha kupyolera mu ntchito yake pa mtanda wa Kalvare.

Za Pemphero:

Atate Mulungu, zikomo kuti palibe chomwe chimakudabwitsani. Munali ndi yankho ku vuto la uchimo kuyambira kalekale.Timavomereza kuti kudziwa kwathu uchimo kwadetsa ife. Ife pitirizani kulimbana nacho ndi kukopa kwathu kopanda umulungu kwa icho. Ambuye Yesu, zikomo kuti Munafa pamtanda kuti mulipire chilango. Zikomo kuti Mumapereka chikhululukiro ndi Chamuyaya moyo kwa onse akudza kwa Inu. Mzimu Woyera, ine ndikuzindikira kuti Inu bwerani kudzakhala mu mitima ya onse amene Yesu Khristu amakhululukira. Zikomo pondipatsa moyo watsopano ndikusintha ine kuchokera mkati. Utatu Woyera, zikomo kuti monga Atate, Mwana ndi Mzimu Woyera, mwadzipereka nokha pakubwezeretsa kuti tiyanjane ndi Inu.

Ndife okondwa kudziwa kuti ntchito yanu sikuti imangotikhululukira komanso kutikhululukira zimatipatsa moyo watsopano komanso zimatipatsa mwayi wofikira kumtengo wa moyo ndi machiritso omwe amabweretsa. Inu, Mulungu, ndinu moyo wathu ndi machiritso. Zikomo kuti tsiku lidzafika pamene ife potsirizaadzagonjetsa uchimo ndipo adzakhalanso ndi moyo wosatha ndi wangwiro chiyanjano ndi Inu.

www.ingramcontent.com/pod-product-compliance
Lightning Source LLC
Chambersburg PA
CBHW070152080526
44586CB00015B/1957